வேர்களைத் தேடி...

முதற்பதிப்பு: 2023

First Edition: 2023

Vergalai Thedi...

வேர்களைத் தேடி...

Vaasanthi

வாஸந்தி

ISBN: 978-93-95598-37-8

Pustaka

EBooks | Audiobooks | Paperback

Pustaka Digital Media Pvt. Ltd.
#7-002, Mantri Residency,
Bannerghatta Main Road, Bengaluru - 560 076
Karnataka, India
+91 7418555884

வேர்களைத் தேடி...

வாஸந்தி

Pustaka
EBooks | Audiobooks | Paperback

சம்சாரம், துக்கம், சாகரம்

மணமுறிவு என்பது இல்லாது போனால் உலகத்தில் லட்சக்கணக்கான நாவல்கள் எழுதப்படாமலே போயிருக்கும். தமிழின் இரண்டாவது நாவலாகிய ‘கமலம்மாள் சரித்திர’த்திலும் மணமுறிவு ஏற்பட்டுவிட்ட பின்தான் தீர்வு வருகிறது. அந்த நாவலில் கணவன் மனைவி மீண்டும் சேர்ந்து வாழ்வது போலிருந்தாலும் நடந்ததைத் துடைத்துவிட்டு எதுவுமே நடக்காதது போல் இருந்துவிட முடியாது.

“வேர்களைத் தேடி” நாவலின் சாராம்சம் இந்த மணமுறிவுதான், பொருத்தமாகவே ஆசிரியர் வாஸந்தி இதைச் கதாநாயகியின் கண்ணோட்டத்திலிருந்து எழுதியிருக்கிறார்.

‘வந்தவரை வாழ வைக்கும் நாடு’ என்று தமிழகத்தைப் பற்றி ஒருபுறம் சொன்னாலும் இன்னொருபுறம் ஏராளமான தமிழர்கள் லட்சக்கணக்கில் என்று சொன்னால் மிகையாகாது. நூறு நூற்றைம்பது ஆண்டுகளாகத் தமிழகத்தை விட்டு வேறுவேறு பிரதேசங்களில் பிழைப்பைத் தேடிப் போயிருக்கிறார்கள். திரும்பி வந்தவர்கள் மிகச் சிலர். பெரும்பாலானோர் போன இடத்திலேயே வாழ்ந்து குடித்தனம் நடத்திப் பேரன், பேத்தி எடுத்திருக்கிறார்கள். வேர்களைத் தேடுவது என்பது இரண்டாம் உலக யுத்தம் முடிந்தபிறகு உலகெங்கும் பரவிய ஒருவித தேசியவாத உணர்வு. ஒரு தலைமுறையைத் தாண்டிவிட்டால் இந்தத் தேடல் அதன் தன்மையில் மிகவும் மாறி விடுகிறது. அமெரிக்காவில் பிறந்து வளர்ந்த தமிழ்ச் சிறுவர் சிறுமியர் தென்னிந்திய தோசை ஊத்தப்பத்தைவிட சப்பென்றிருக்கும் ஹாம்பெர்க்கருக்கும் டோநட்டுக்கும் ஏங்குவதைக் காணலாம். சுமார் முப்பது ஆண்டுகளுக்கு முன்பு அலெக்ஸ் ஹெய்லி என்ற அமெரிக்கக் கறுப்பர் ‘வேர்கள்’ (ரூட்ஸ்) என்றொரு நாவல் எழுதினார். அவருடைய பாட்டியின் அம்மா சொல்லுவாள் என்று அவருடைய பாட்டி சொன்ன ஒரு பெயர், அவர்

ஆப்பிரிக்காவுக்குச் சென்றபோது ஒரு பழைய ஆவணத்தில் இருந்ததைக் கண்டு அவர் மெய் சிலிர்த்துப் போனதாகவும் அதன் பிறகு அவருடைய மூதாதையர் வேர்களைத் தேடி அவர் சேகரித்த தகவல்களின் (புனைகதை) வடிவம் 'ரூட்ஸ்' என்றும் அவர் சொன்னார், அந்த நூல் ஏராளமாக விற்று, தொலைக்காட்சித் தொடராகத் தயாரிக்கப்பட்டு, வானொலியில் ஒலிபரப்பப்பட்டு, மேடையில் நடிக்கப்பட்டு, மொழிபெயர்க்கப்பட்டு, புத்தகம் படிப்போர், படிக்கும் பழக்கம் இல்லாதோர் அனைவரையும் எட்டியது. பின்னர் அந்த நூலின் ஆதாரம் அலெக்ஸ் ஹெய்லி காண நேர்ந்த ஆவணம் அல்ல, தன்னுடைய ஒரு புத்தகம் என்று இன்னொரு அமெரிக்கக் கறுப்பர் அறிக்கை விட்டதோடு வழக்கும் தொடர்ந்தார். இந்த வழக்கு, வழக்குமன்றத்துக்கு வெளியில் தீர்க்கப்பட்டது.

இன்றைய யதார்த்த உலகில் இந்த வேர்களைத் தேடுதல் பெரும்பான்மையோருக்கு ஒரு கற்பனைச் சரணாலயம். ஏனெனில் எது வேர்கள் என்று நாம் எடுத்துக்கொள்ள வேண்டும் என்று, என்றென்றுமான எல்லோருக்குமான விதி என்று ஒன்றும் கிடையாது. நம் சுபாவம், நம் சௌகரியத்துக்கு உகந்தபடி நாம் சில விஷயங்களைத் தேர்ந்தெடுத்துக் கொள்ளலாம். நிறைய விஷயங்களைக் கழித்துக்கட்டி விடலாம். இந்த 'வேர்களைத் தேடி' நாவலில் இரு வேறு குடும்பங்களில் இப்போக்கு நன்கு விளங்கும்படி வாஸந்தி அவர்கள் எழுதியிருக்கிறார். நாம் இன்று வாழும் வாழ்க்கைக்கு நாமாகப் பழையதிலிருந்தும் பழையதில் இருந்தது என்று நாமாக நினைத்துக் கொள்வதிலிருந்தும் சிலவற்றையும் தேர்ந்தெடுத்து நம்மை நாமே தனித்துவம் உள்ளவர்களாகத் தோற்றம் காணச் செய்து கொள்கிறோம்.

ஆனால் மணமுறிவு என்றும் ஆறாத காயத்தை ஏற்படுத்திச் செல்வது. 'வேர்களைத் தேடி' நாவலில் கதாநாயகி விவாகம் முடித்து, ரத்து செய்தவள். விவாகம் செயல்பட்டிருந்த நாளில் ஏற்பட்ட மனத்தடங்களை இப்போது அழிக்க முடியாமல்

தவிக்கிறாள். ஒரு விவாகமே இவ்வளவு சித்திரவதையை விளைவிக்குமானால் மேலைநாட்டில் மூன்று நான்கு விவாகத்துக்கு உட்படும் பெண்கள் கதி என்ன? இது பற்றி அவளே நினைத்துப் பார்க்கிறாள்.

இப்படி எழுதுவது நாவலை எளிமைப்படுத்துவதாகும், எந்த முன்னுரையும் எந்த விமரிசனமும் பூரணமல்ல. அந்தப் படைப்பு பிழைபட்டதாக இருந்தால்கூட, 'வேர்களைத் தேடி' நாவல் உண்மையில் ஒரு குறிப்பிட்ட நிலையில் பெண்ணினத்தின் தவிப்பு பற்றியது. என்ன பெண் இவள், அடுத்த வேளைச் சாப்பாடு உண்டா? அடுத்த இரவுக்குக் கூரை இருக்குமா? என்பது போன்று கவலை ஏதுமில்லாத சூழ்நிலை தந்த பாதுகாப்பில் 'கொழுத்துக் கொம்மாளம் போட்டவள்' இவளுக்கு இதுவும் வேண்டும், இன்னும் வேண்டும் என்று சொல்பவர் இருக்கக்கூடும். உண்மை, இப்பெண் படும் பாடெல்லாம் இவளே வரவழைத்துக் கொண்டதுதான். ஆனால் அவள் படும் சித்திரவதை உண்மையானது. அது அவள் பெண்ணாயிருப்பதால் அல்லவா அவ்விதம் நேருகிறது?

வாஸந்தி அவர்கள் எழுத்தில் என்றுமே கட்டுப்பாடும் உருவ அமைதியும் இருக்கும். அவருடைய விசாலமான படிப்பும் பொதுஅறிவும் அவருடைய ஒவ்வொரு படைப்பிலும் காணக் கிடைக்கும். 'வேர்களைத் தேடி' நாவலில் நிதானித்துச் சிந்தனையில் மூழ்க வேண்டிய இடங்கள் பல இருக்கின்றன.

ஒரு சமகாலப் படைப்பைத் துல்லியமாக மதிப்பிடுவது மிகவும் கடினம். முடியவே முடியாது என்றுகூட நினைக்கிறேன் 'வேர்களைத் தேடி' நாவல் இன்றைய வாழ்க்கையின் பிரச்சனைகள் சிலவற்றைப் பற்றிக் கூறுகிறது நாவலின் பல பாத்திரங்கள் தத்துவ தர்க்கம் புரிகிறார்கள். பாப்ரி மஸ்ஜித் சம்பவம் நாவலின் இறுதிக் கட்டத்தில் பிணைக்கப்பட்டிருக்கிறது. யார் துயரத்தை நோக்கிச் செல்கிறார்கள். யார் மீட்சி நோக்கி அடியெடுத்து வைக்கிறார்கள்

என்று கூறுவது எளிதல்ல. பாரம்பரியச் சுமை, சுய தவறுகளின் சுமை என எல்லாப் பாத்திரங்களும் சுமையேற்றப்பட்டு அவதிப்படுகிறவர்கள். ஒருவிதத்தில் தம்முடைய எல்லாச் செய்கைகளுமே துக்கத்தை விளைவிக்க கூடியவையே அல்லவா?

அசோகமித்திரன்.

***

வேர்களைத் தேடி...

ஜன்னலைத் திறந்ததும் தென்படும் அந்த மரத்தைப் பார்க்கும்போதெல்லாம் என்னுள் ஆச்சரியம் ஏற்படுகிறது. முதன்முதலாகப் பார்ப்பதுபோல, சென்ற ஆண்டு இது நிச்சயம் இருக்கவில்லை. இந்தக் கோட்டையில்கூட நான் இதைக் கவனித்திருக்கவில்லை. கவனிக்கும்படியாக இது வளர்ந்திருக்கவில்லை என்பது காரணமாக இருக்கும். கடந்த மூன்று, நான்கு மாதங்களிலேயே இது வளர்ந்திருக்க வேண்டும். அத்தனை குறுகிய காலத்துக்கு இது ராட்சஸ வளர்ச்சி. அது எப்படிச் சாத்தியமாயிற்று என்று என்னுள் தினமும் கேள்வி எட்டிப் பார்க்கிறது. பிரமிப்பை ஏற்படுத்துவதுபோல அச்சமும் ஏற்படுகிறது. நர்ஸரி கதைகளில் படித்த 'ஜாக்கும் பீன்ஸ் செடியும்', கதையில் வருவதுபோல் இதுவும் ஆகாசத்தைத் தொட்டுக்கொண்டு நிற்கலாம். இதன் கிடுகிடு வளர்ச்சிக்கு வானமே எல்லை என்று எனக்கு சினிமாத்தனமான கற்பனைகூட விரிகிறது. அதுவும் ஒரு தமிழ் சினிமாப் பெயரில் கற்பனை விரிவது, ஆச்சரியம். நிதானமான அதிர்ச்சியும் அளிப்பதாகும்.

இப்படிப்பட்ட ஆச்சரியங்களும், அதிர்ச்சிகளும் என்னுடைய தினசரி அனுபவங்கள், அலுவலகத்திலிருந்து திரும்பி இந்தக் காவேரி அபார்ட்மென்ட்ஸ் காம்பவுண்டுக்குள் நுழைந்து என்னுடைய ஃப்ளாட்டுக்கு நடந்து படியேறுவதற்குள் என்னுடைய மூக்கு மோப்பம் பிடிக்கும். ஏ 104-ல் இன்னிக்கு வத்தல் குழம்பு, பீ 208-ல் வெங்காய சாம்பார். இங்கே பிட்ளை, அங்கே பொரித்த கூட்டு. இந்த மோப்பமும், அந்த ருசிகளின் ஞாபகமும் என்னுள் சாகும்வரை இருக்கும் என்று தோன்றுகிறது. வேறு ருசிகளும் உண்டு. ஆங்காங்கே ஒலிக்கும் சங்கீதம் செவியில் பட்ட மாத்திரத்தில் மூளைக்குள் குரல் சொல்லும். இது லால்குடி, இது

மதுரை மணி. இந்த ருசிகள் என்னுடைய அங்கமாகிப் போக வேண்டும் என்ற எண்ணத்துடனேயே அம்மாவும், அப்பாவும் இந்த இடத்தில் ஃப்ளாட் வாங்கியிருக்க வேண்டும் என்று தோன்றுகிறது. அல்லது கடைசிக் காலத்தில் தமிழ்நாட்டில் இருக்க முடியாமல் போனாலும் தமிழ்நாட்டில் இருப்பதான பிரமையை ஏற்படுத்தக்கூடிய ஒரு கும்பலுக்குள் இருப்பது தங்களுக்கு ஒரு கலாசாரப் பாதுகாப்பு என்று அவர்கள் நினைத்திருக்கலாம். இங்கு வீடு வாங்கியிருக்கும் தமிழர்கள் எல்லாருமே அப்படிப்பட்ட எண்ணத்துடன் தங்கியிருப்பவர்கள் என்று எனக்குத் தெரியும்.

அம்மாவும், அப்பாவும் எனக்காக இங்கே தங்கிவிட்டார்களோ என்று வெகுநாட்களுக்கு என்னுள் ஒரு குற்ற உணர்வு இருந்தது.

"ரிடையரானவுடனேயே மெட்ராசுக்கு மூட்டையைக் கட்டிண்டு கிளம்பிட வேண்டியதுதான்" என்று அப்பா விடாமல் சொல்லி வந்தவர். "தில்லியிலே எவன் இருப்பான்?"

தனது ஓய்வுக்காலத்தைப் பற்றின கனவுகளை உரத்துச் சொல்வதில் உற்சாகம் கண்டவர்.

"தினமும் கற்பகாம்பாளைத் தரிசிக்கலாம், டிசம்பர் கச்சேரி ஒண்ணு விடாம கேட்கலாம். தியாகபிரும்ம உற்சவத்துக்குத் திருவையாற்றுக்குப் போகலாம், டி.வி-யிலே காண்பிப்பான், ஞாபகமாப் பாரு. பாடகாளோடு நானும் பஞ்சரத்னக் கிருதி சொல்லிண்டிருப்பேன்!"

பஞ்ச கச்சம் கட்டி வெற்று மார்புடன் அப்பாவை நானும் அப்போது கற்பனை செய்து பார்த்திருக்கிறேன், சிரித்திருக்கிறேன்.

"டி.வி-யிலே பார்க்கறது போதும் எனக்கு. தான்சேன் உற்சவமும் தியாகபிரும்ம உற்சவமும் எனக்கு ஒண்ணுதான்."

அப்பா பெருமூச்சு விடுவார். இந்தக் குற்றத்துக்குத் தான்தான் பொறுப்பு என்ற விசனத்துடன்.

"நீ இரு இங்கேயே, இங்கேதான் உனக்கு வேர் இருக்கு, என்னுடைய வேர்கள் தமிழ்நாட்டிலேதான். அதை நா மறக்க

முடியாது" சொன்னபடிக்கே அப்பா ரிடையரான உடனேயே அம்மாவுடன் மூட்டை கட்டிக்கொண்டு கிளம்பி விட்டார். பெஸன்ட் நகரில் முன்னேற்பாடாக ஒரு ஃபிளாட் வாங்கிப் போட்டிருந்தார். ஒரே வருஷம்தான். திரும்பிவிட்டார்கள்.

"ஏம்ப்பா?"

"பிடிக்கலேம்மா, என்னமோ மனசு அங்கே பொருந்தல்லே. நா ரொம்ப மாறிட்ட மாதிரி தோணறது."

தூண்டித் துருவிக் கேட்பதற்கு அவசியமே இல்லை என்று எனக்குத் தெரியும். மாற்றம் என்பது ஒருதலைப் பட்சமானது இல்லை. அங்கேயும் மாறிவிட்டது. அதனால்தான் உங்களுக்கு அடையாளம் கண்டுக்கொள்ள முடியவில்லை. இங்கு இருப்பவர்கள் எல்லாருமே அந்த அடையாளத்தைத் தேடுபவர்கள்தான். அதனால்தான் இந்தக் கோட்டை, இந்த அரண்கள், பண்டிகைகள், தமிழ் இலக்கியக் கூட்டங்கள், கோயில்கள், பஜனை சமாஜங்கள். இரு ஒரு 'கெட்டோ' கலாசாரம்.

இவர்களுக்குப் பிறக்கும் சந்ததிகளுக்கும் இந்த அரண்களுக்கும் உள்ள சம்பந்தம் பூர்வ ஜன்மத்துத் தொடர்புபோல. வத்தல் குழம்பையும், பொரித்த குழம்பையும் மோப்பம் பிடிக்கும் தொடர்பு. மதுரை மணியையும் ஜேசுதாஸையும் இனம் கண்டுகொள்ளும் தொடர்பு. அதுவும் பின்னதில் ருசி இருந்தால் அதற்குமேல் எதுவும் இல்லை. தில்லி மகாசமுத்திரத்தில் கரைந்துபோன பெருங்காயம் அது. கடகடவென்று நான்கு வார்த்தை தமிழில் கொட்ட முடியாத பாதாளத்துக்குப் போய்விட்ட கரைசல்.

இங்கேதான் உனக்கு வேர் இருக்கு. இல்லை, வேர்கள் அற்ற சந்ததியின் பிரதிநிதி நான். இந்த மரத்தைப் பார்க்கும்போது எனக்கு அதனால்தான் ஆச்சரியம் ஏற்படுகிறது. இந்த மரமே ஓர் அடையாளம் என்று என்னுள் கவித்துவமாய் எண்ணத் தோன்றுகிறது. ஐம்பது வருஷ காலத்தில் தமிழன் தில்லியில் நாலாபக்கமும் கிளை பரப்பியிருக்கும் அசுர வேகத்திற்கு இணையாக இதுவும். மலையைக் கண்ட காலத்தில் பேராசையுடன்

துளிர்த்து 'கிண்'ணென்று இறுமாப்புடன் நிற்கிறது. ஆனால், இது என்ன மரம் என்று தெரியவில்லை. சுயகுணத்தை இழந்த இரண்டுங்கெட்டான் மரம்போல் பூவுமில்லாத, காயுமில்லாத மரமாக. ஆனால் கவர்ச்சியான ஆக்ருதி கொண்டது. தாவரவியலில் இதற்குப் பெயர் இருக்குமா என்பது சந்தேகம்தான்.

அப்பா நினைப்பது தவறு. எனக்கு வேர்கள் கிடையாது. அங்கும், இங்கும், எங்கும். "நீ தமிழச்சியா?" என்று எல்லோரும் ஆச்சரியத்துடன் கேட்கிறார்கள். என் முகம் அப்படி, பிறக்கும்போதே அப்படியா, இல்லை இந்தச் சூழலில் தனது பாரம்பர்ய முக விலாசத்தைத் தொலைத்துவிட்டதா என்று தெரியவில்லை. இத்தனைக்கும் அம்மாவையும், அப்பாவையும் பார்ப்பவர்கள், அவர்கள் எந்த மாநிலத்தைச் சேர்ந்தவர்கள் என்று குழம்ப வேண்டியதில்லை. எழுதி ஒட்டியிருக்கிறது, முகத்தில் பூர்வீகம் தமிழ்நாட்டு அக்ரகாரம் என்று.

நான் யார்? இவர்களுக்கும், எனக்கும் என்ன சம்பந்தம்? என்று நான்ந்தான் அடிக்கடி குழம்பிப் போகிறேன்.

ஆனால், வேர்கள் இல்லையென்பதனால் எனக்கு ஏதும் தடுமாற்றமில்லை. என்னுடைய சந்ததிகள் எல்லாருமே வேர்கள் இல்லாதவர்கள் என்று எனக்குத் தோன்றுகிறது. நான் தமிழருக்குப் பிறந்து, தில்லியில் வளர்ந்ததால் வேர்கள் இல்லை என்று சொல்ல முடியாது. ஆங்கிலேயர்கள் 200 ஆண்டுகள் இந்த நாட்டை ஆண்டபோது செய்யாத விஷயத்தை, இங்கிருந்து சென்றபோது செய்துவிட்டுப் போனதுபோல் தோன்றுகிறது. நமது வேர்களைப் பிடுங்கிக் கொண்டு போய்விட்டார்கள். என்னுடைய சந்ததிக்குத் தெரிவது இந்தியக் கலாசாரம் இல்லை. மேற்கத்திய கலாசாரம் அல்லது இதுவுமில்லாத, அதுவுமில்லாத ஒன்று. வேர் எங்கிருந்து பிடிக்கும் வேர்?

அதனால்தான் எனக்கு அடிக்கடி இந்த 'கெட்டோ' அரணிலிருந்து பிய்த்துக் கொண்டு ஓடவேண்டும் என்கிற வெறி ஏற்படுகிறது. 'அதான் காயம் பட்டுக்கறே' என்கிறாள் அம்மா.

காயம் ஏற்படுவது அதனால் இல்லை! என்பது அவளுக்குப் புரியவில்லை.

"மைதிலி, என்ன இன்னிக்கு இன்னும் கிளம்பல்லே?"

அப்பாவின் குரல் அறையின் வாசற்படியில் ஒலித்தது.

"இதோ கிளம்பியாச்சு" என்றபடி நான் பீரோவிலிருந்து கைப்பையை எடுத்து பீரோவைப் பூட்டி கண்ணாடியில் ஒருமுறை என்னைப் பார்த்துக் கொண்டேன். பாகிஸ்தானிய ஸ்டைலில் ஷல்வாரும் 'கலிவாலி' நீளக் கம்மீஸும் குட்டைத் தலைமயிரும் என்னுடைய அந்நியத்தனமான முகமும் கொண்ட பிம்பம் தமிழ்நாட்டிலிருந்து ஒரு யுகத்தொலைவில் நின்றது.

நான் யார்?

இந்தக் கேள்விக்கான பதிலின் தேடலில், நான் ஆயுள் முழுவதையும் கழித்து விடுவேன் என்று தோன்றுகிறது. நான் கனவேகமாகப் படிகளில் இறங்கிச் செல்லும்போது எம். எஸ்.எபி-ன் "கைத்தல நிறைகனி" கேட்கிறது. சொஸைட்டி கட்டடத்துக்குள்ளேயே சங்கரய்யர் நடத்தும் மளிகைக் கடையில் தமிழ்ப் பத்திரிகைகள் தொங்குவது தெரிகிறது. அடுப்பில் எண்ணெயை வைத்துவிட்டு அப்பளம் வாங்க இங்கு வரலாம், அல்லது வாணலியை காஸில் வைத்துவிட்டு எண்ணெய் வாங்க வரலாம். இந்த சௌகர்யம் அம்மாவுக்கு பெசண்ட் நகர் வீட்டில் இருக்கவில்லை.

"ஸி" பிளாக் ருக்மிணி மாமி மடிசார்கட்டில் எங்கேயோ விரைந்து கொண்டிருந்தாள். என்னைக் கண்டதும், "ஆபீஸுக்கா...?" என்றாள் சினேகிதமாக.

"என்ன மாமி, விசேஷம் இன்னிக்கு?"

"இன்னிக்கு ஆடிப்பூரம். அவளுக்குக் கல்யாணம் பண்றோம் '408 டி.'-லே."

நான் புன்னகையுடன் நடையைத் தொடர்ந்தேன். மாமி ஒரு ஆண்டாள் பக்தை. ஆண்டாள் என்று பெயர் சொல்லி

நான் கேட்டதில்லை. 'அவளுக்குப் பிறந்தநாள், அவளுக்குக் கல்யாணம்', கூடப் பிறந்தவளைப் பற்றிப் பேசுவதுபோல்.

மாமியுடன் சற்றுநேரம் பேசிவிட்டு வந்தால், அம்மாவிடம்கூட கொஞ்ச நாழிகைக்கு அந்த வாடை வீசும். "ஒரு சின்னப் பாசுரத்துக்குள்ளே எத்தனை அர்த்தம் வெச்சிருக்கா அவ?"

ருக்மிணி மாமி அம்மாவைவிட பத்து வயது சின்னவளாக இருப்பாள். ஆனால் அம்மாவைவிட பயங்கர ஆசாரம், தில்லியில் மாத விலக்கின்போது பெண்களைத் தனியாக அமர்த்தும் வீடு, ருக்மிணி மாமி வீடாகத்தான் இருக்கும். மாமியின் வீட்டு சமையலறையில், வெளிப்பேர் யாருக்கும் அனுமதியில்லை. மாமியே குளிக்காமல் காஸைப் பற்ற வைக்கமாட்டாள். நடுங்கும் குளிர்காலத்தில்கூட. பெண்ணுக்கும் பிள்ளைக்கும் வந்த வரனெல்லாம் வடகலை, தென்கலை போன்ற வித்தியாசங்களில் தட்டிப் போவதாக அம்மா சொல்வதை என்னால் நம்பக்கூட முடிவதில்லை.

'எங்க வீடுகள்லே ரொம்பக் கட்டுப்பாடு உண்டு' என்று என் காதுபடச் சொல்லும்போது அதில் பெருமை கலந்த கர்வம் தொனிக்கும். 'உங்களைப்போல் கேடு கெட்டுப் போய்விட முடியாது என்னால்' என்பதுபோல். அந்த மாமிக்கு என்று விசித்திரமான வியாக்கியானங்கள் தோன்றும். காதல் கல்யாணம் என்பது அடங்காப் பிடாரித்தனம். ஜாதி, இன, மொழி வித்தியாசத் திருமணம் என்பது சோரம் போவது. என்னை அப்படித்தான் அந்த மாமி நினைத்தாள் என்று எனக்குத் தெரியும். மாதவிலக்கான பெண்களிடமிருந்து தூர ஒதுங்கி நடக்கிற மாதிரி என்னைக் கண்டதும் ஒதுங்கி அவள் நடப்பது இப்போதுதான் சற்று நின்றிருக்கிறது.

சதீஷூம் நானும் விலகிப்போனது இந்த மாமிக்குத்தான் அதிக நிம்மதி என்று தோன்றுகிறது. ஒவ்வொரு முறை என்னைப் பார்க்கும்போதும் மறைமுகமாக அவள் பார்வை சொல்கிறது. 'பெரியவா பேச்சைக் கேட்டிருந்தயோனா இப்படி ஆகியிருக்குமா?'

இந்தப் பார்வை சொல்லும் கேள்வியில் ஒரு குரூரத் திருப்தி இருப்பதை நான் அறிவேன். ஒருநாள் அம்மாவிடம் மாமி சொல்வதைக் கேட்க நேர்ந்தது.

“ஆரம்பத்திலேயே நீங்க கண்டிச்சுருக்கணும் மாமி, இப்பக் கையைச் சுட்டுண்டாளேன்னு வருத்தப்பட்டு என்ன லாபம்? ஆனா தலையெழுத்து என்கிறதை யாராலே மாற்ற முடியும்?”

அன்று இருந்த மனநிலையில் எனக்கு மாமியின் பேரில் மகாகோபம் வந்தது. அப்பா மட்டும் அன்று இல்லை என்றால் காளி சொரூபம் எடுத்திருப்பேன். பிறகு ருக்மணி மாமிக்கு என்னைக் கண்டு புன்னகைக்கத் தெம்பில்லாமல் போயிருக்கும். எங்கேயோ பிறந்து வேரைப் பிடுங்கிக் கொண்டுவந்து இங்கே வேரூன்ற எத்தனிக்கும் அவளுடைய முயற்சிக்கும் இந்த மண்ணில் பிறந்த எனக்கும் ஒரு சம்பந்தமுமில்லாதபோது என்னையோ, என்னைப்போல் இங்கு பிறந்த அவளுடைய குழந்தைகளையோ அவளது பாரம்பர்யக் கட்டுக்குள் திணிக்க அவளுக்கு எதுவும் அதிகாரமில்லை என்று எனக்கு மூர்க்கமாகத் தோன்றுகிறது. எங்களது தோல்வியும் வெற்றியும் அவள் போடும் கூட்டல், கழித்தல் கணக்கில் அடங்காதவை. நாங்கள் புதிதாய் பிறந்தவர்கள் புதிய சமுதாயம் படைக்க வந்தவர்கள், அதில் ஏற்றங்கள் இருப்பதுபோல் சறுக்கல்களும் இருக்கும். எங்கள் சறுக்கல்கள் அவள் நினைக்கும் காரணத்தால் நிச்சயம் இல்லை.

இந்த இரண்டு வருடங்களில் நான் எவ்வளவோ தெளிவடைந்து விட்டேன். மாமியின் பழமைவாதப் பேச்சு என்னைக் கோபப்படுத்துவதில்லை. அவள் உலகம் அது எனக்கு சம்பந்தமில்லாதது என்று ஒதுங்கி புன்னகைக்க முடிகிறது. அவள்தான் காயப்படப் போகிறாள் என்று காரணம் புரியாமலேயே தீர்மானமாகத் தோன்றிக் கொண்டிருக்கிறது. ஆனால் பரிதாபம் ஏற்படுவதில்லை. உண்மையில் அவளுடைய பெண்களும் பிள்ளையும்தான் பரிதாபத்துக்குரியவர்கள். ‘கெட்டோ’-வின் அழுத்தத்தில் வாழ்பவர்கள்.

கராஜிலிருந்து காரை எடுத்து காம்பவுண்டுக்கு வெளியில் வந்ததும் தில்லி மகாநகரத்துள் நான் தூசாகக் கலந்துப்போனேன். முகமற்ற அந்த நிலைதான் எனக்குப் பாதுகாப்பு என்கிற தெம்புடன் நான் வண்டியைச் செலுத்தினேன். ஓர் இளைஞன் பாதையை மறித்து நின்றான். லிஃப்ட் வேண்டும் என்கிற அடையாளமாய் கட்டை விரலை உயர்த்தி. நான் வண்டியை நிறுத்தினேன், நின்ற பிறகுதான் அது ருக்மிணி மாமியின் மகன் முரளி என்று கவனித்தேன்.

“ஹாய்!” என்றேன் உற்சாகமாக, “எங்கே போகணும்?”

“லோடி ரோட்!”

“ஏறிக்கோ!”

அவன் பின்னால் திரும்பி அங்கு நின்றிருந்த பெண்ணிடம் “மாகி, கம் ஆன்” என்றான். ஸ்கர்ட்டும் பிளவுசும் அணிந்த ஓர் அழகியப்பெண் பளிச்சென்ற புன்னகையுடன் முன்னால் வந்தாள்.

“இது மார்கரெட்” என்று முரளி அவளை எனக்கு அறிமுகப்படுத்தினான்.

இருவரும் பின்சீட்டில் ஏறி இடித்துக்கொண்டு அமர்வதைக் கண்ணாடி வழியாகக் கவனித்தேன், ‘அவளுக்குக் கல்யாணம்’ என்று மடிசார்கட்டில் பரந்த ருக்மிணி மாமியின் உருவம் நினைவில் பளிச்சிட்டது.

நான் ஒருத்தி இருக்கும் நினைவு இல்லாமல் அவர்கள் மெல்லிய குரலில் தங்களுக்குள்ளேயே பேசிக்கொண்டிருந்தார்கள். எனக்கு நாகரிகப் போர்வை போர்த்திக்கொள்ளத் தெரியும். வெள்ளைக்காரர்களுடன் வேலை பார்ப்பவள் நான். என்னை ஈடுபடுத்தாத சம்பாஷணைகளைக் கேட்கும் வழக்கமோ ஆர்வமோ, எனக்கு இல்லை. இன்று அதிசயமாக அந்தப் போர்வையை உதற வேண்டும்போல் குறுகுறுத்தது. கூடாரை வெல்லும் சீர் கோவிந்தா என்ற சுப்ரபாதங்களுக்கு எழுந்து

பழக்கப்பட்ட முரளி, இந்தப் பெண்ணுடன் இத்தனை நெருக்கமாக ரகசியக் குரலில் என்ன பேசுகிறான் என்று அறிய வேண்டும்போல் பரபரத்தது. ஒரு அட்சரம் காதில் விழவில்லை. இத்தனை மெல்லிய குரலில் எப்படிப் பேசுகிறார்கள்?

நான் அவர்கள் பேச்சைக் கவனிக்கும் முயற்சியை விடுத்துப் பாதையில் கவனம் செலுத்தினேன். என்னுள் அப்படி ஒரு சின்ன புத்தி எப்படி முளைத்தது என்று வெட்கமேற்பட்டது. ருக்மிணி மாமியின் மகன் இவன் என்ற காரணத்தாலேயே நான் எல்லையை மீறுகிறேன் என்று புரிகிறது. நான் சதீஷுடன் பேசிப் பழகித் திரிந்த காலத்தில் அக்கம் பக்கத்து மாமிகள் “சுவாமிநாதனுடைய பெண்ணா” என்கிற ஆர்வத்தாலேயே தங்கள் எல்லையை மீறினார்கள். அந்த மாமிகளுக்கும் நவயுகத்துப் பெண் என்று பீற்றிக் கொள்ளும் எனக்கும் அதிக வித்தியாசம் இல்லை என்று தோன்றுகிறது. இது ஒரு அடிப்படை மனுஷகுணம், மற்றவர்கள் விஷயத்தில் மூக்கை நுழைப்பது. இப்படிப்பட்ட சுவாரஸ்யங்கள் இல்லையானால் வாழ்வில் ரசமில்லை, நாகரிகம் என்பதெல்லாம் ஒரு பாவனை, மனிதன் ஒரு தீவு இல்லை. இந்த முரளி ஒரு கிறிஸ்தவப் பெண்ணுடன் இடித்துக்கொண்டு கையோடு கைகோத்து அமர்ந்து ரகசியக் குரலில் பேசினால் நான் பட்டுக்கொள்ளாமல், தாமரை இலைத் தண்ணீராய் நிச்சலன புத்தியுடன் அவர்கள் அப்படி அமர்ந்திருக்கும் வண்டியை ஓட்டுவது அசாத்தியமான காரியம். இவனைப் பற்றிய எனது சிந்தனைகளுக்குப் பரிமாணங்கள் என்னையறியாமல் விரிகின்றன. நானும் அவனும் ஒரே கூட்டுக்குள்ளிருந்து வருபவர்கள். நான் கூட்டை உடைத்து வெளியே வந்தாயிற்று. இவன் என்ன செய்யப் போகிறான்? என்று அறியும் குறுகுறுப்பு என்னை ஆட்கொண்டது. என்னுடைய பெற்றோர்கள் எனக்கு அளித்த சுதந்திரத்தை இவனுக்கு இவனுடைய பெற்றோர்கள் அளித்திருப்பார்களா? என்று சந்தேகமாக இருந்தது. அவர்களுக்கு இவன் ஒரே பிள்ளை, மூன்று பெண்களுக்கு இடையில்.

மரபை மீறுவதற்கு தான் அதிகம் சிரமப்படவில்லை என்பது எனக்கு ஆச்சரியத்தை அளிக்கிறது. முரளியின் அக்கா கோமதி என்னைப்போல முடிவு எடுத்திருந்தாளானால் அவர்கள் வீட்டில் பூகம்பம் வெடித்திருக்கும், “ஆரம்பத்திலேயே கண்டிச்சிருக்கணும் மாமி” என்று அம்மாவுக்கு உபதேசம் செய்யும் ருக்மிணி மாமி சும்மா இருந்திருக்க மாட்டாள், “என் பெண் அப்படியெல்லாம் போயிருந்தான்னு வெச்சுக்குங்கோ காலை முறிச்சு அடுப்புக்குப் போட்டிருப்பேன்.”

“இது தில்லி ருக்மிணி. பல பாஷை பேசற ஜனத்துக்கு நடுவிலே வளர விட்டப்புறம் நம்ம குழந்தை பேசற பாஷை நமக்கே புரிய மாட்டேங்கறது.”

“நன்னாயிருக்கே நீங்க சொல்லறது! தில்லியாயிருந்தா என்ன, திருச்சியானா என்ன? நம்ம சம்ஸ்காரம் என்கிறது ஒண்ணுதானே? மாறிடுமா?”

சம்ஸ்காரம், இதுவரை அந்த வார்த்தைக்கு அர்த்தம் தெரியவில்லை, அப்பாவின் மனசு பெரிசு. பத்திரிகை ஆபீஸில் வேலை பார்த்ததால் இருக்கலாம். வெள்ளைக்காரனுக்குக் கீழும், வடக்கத்திக்காரனோடும் தோள்உரசி உலக அக்கப்போரை அளந்ததில் பார்வை உலகளாவிப் போயிருக்கும், ‘என் வேர்கள் இன்னும் தமிழ்நாட்டிலேதான்’ என்று தனக்குத்தானே வலியுறுத்தவதுபோலச் சொன்னாலும் அவற்றின் ஞாபகங்கள் தன்னுடைய தில்லி மகளிடம் அதே விதமான தாக்கத்தை ஏற்படுத்த முடியாது என்று உணர்ந்திருக்கலாம். அம்மா அவருடைய நிழல், அவளுக்கு என்று ஒரு அபிப்பிராயம் இருக்கும் என்று நான் நினைத்ததில்லை. கணவன், மனைவி என்கிற உறவைவிட குரு சிஷ்யை என்கிற உறவு போன்றது. அவர்களுடையது குயவனைப்போல் அப்பா அவளுடைய 12 வயதிலிருந்து தட்டிக் கொட்டி உருவம் கொடுத்திருக்கிறார். மார்க்ஸிஸ சிந்தனைப் பள்ளி, சோஷியலிஸ சிந்தனைப் பள்ளி என்பதுபோல் கணவனிஸ சிந்தனைப் பள்ளியில் வளர்ந்தது. உடல் ரீதியாக உணர்வு ரீதியாகக் கட்டுப்பட்ட மாணவி.

சதீவுடன் நான் பழக ஆரம்பித்தபோது, அவர்களிடமிருந்து அந்த விஷயத்தை மறைக்க வேண்டும் என்று எனக்குத் தோன்றாததற்கு அப்பாவின் உலகளாவிய போக்குதான் காரணமாக இருக்க வேண்டும் என்று எனக்கு இப்பொழுது தோன்றுகிறது. ஆனால் நான் சதீஷைத் திருமணம் செய்துகொள்ள விரும்புகிறேன் என்று சொன்னபோது அப்பா லேசாகத் தடுமாறிப் போனார்.

“தீர்க்கமா யோசிச்சியா?” என்றார்.

“இதிலே அதிகம் யோசிக்க என்ன இருக்கு?” என்றேன் நான் இளமையின் மிடுக்குடன், “நாங்க ரெண்டுபேரும் ஒருத்தரை ஒருத்தர் விரும்பறோம். அவனுடைய புத்திசாலித்தனம் எனக்கு ரொம்ப உற்சாகத்தைத் தந்தது. இதைவிட வேறு என்ன வேணும்?”

அப்பா சற்றுநேரம் பேசவில்லை. அம்மா வீட்டில் இருக்கவில்லை. அவள் இல்லாத தருணத்துக்காக காத்திருந்து, நான் அப்பாவிடம் விஷயத்தைச் சொன்னது இப்பவும் எனக்கு ஆச்சரியத்தை அளிக்கிறது.

பால்கனிக்கு அப்பால் இருக்கும் நீலவானத்தை சற்றுநேரம் வெறித்துவிட்டு என்னை நிதானமாகத் திரும்பிப் பார்த்தார் அப்பா.

“சதிஷ் கெட்டிக்காரன், நா இல்லேங்கல்லே. ஆனா அவனுடைய பிறப்பு வளர்ப்பு குடும்பம் இதைப் பத்தியெல்லாம் ஒண்ணும் தெரியாது. வேற பாஷை, வேற கலாசாரம். அட்ஜஸ்ட் பண்ணிக்கறது கஷ்டம் இல்லையாம்மா?”

“இந்த பாஷை, கலாசார வேறுபாடு என்கிறதுக்கெல்லாம் என் வரையிலே ஒரு அர்த்தமும் இல்லே” என்றேன் நான் மூர்க்கமாக. “நாங்க ரெண்டுபேரும் ஹிந்தி சரளமாப் பேசறோம். இங்கிலீஷ் பேசற சரளத்தோடு, அவனை எனக்குத் தெரியும். அதுக்குமேல எனக்கு வேற ஒண்ணும் தெரிய வேண்டியதில்லே. அவன் நல்ல வேலையிலே இருக்கான். அவனுடைய அப்பாவுக்கு

சொத்து இருக்கா. அது அவனுக்குக் கிடைக்குமா? என்கிறதைப் பத்தியெல்லாம் எனக்குக் கவலையில்லே."

"நா சொத்தைப் பத்தி நினைக்கல்லே" என்றார் அப்பா. நான் அதிகப்பிரசங்கித்தனமாக பேசுகிறேன் என்கிற கோபத்துடன். "ஒரே பாஷை ஒரே இனம்னா அட்ஜஸ்ட் பண்ணிக்கிறது சுலபம். எங்களுக்கும் சுலபம். உன் கல்யாணம் உன் விவகாரம்னு நாங்க ஒதுங்கி இருக்க முடியாது."

ஆனால் கடைசியில் நான்தான் வென்றேன். எக்கேடு கெட்டுப்போ என்று அப்பா சொல்லவில்லை. "நீ எடுத்து முடிவு சரியோ தப்போ எனக்குத் தெரியாது. ஆனா நீ உறுதியா இருக்கிறது எனக்கு நம்பிக்கை கொடுக்கிறது. சந்தோஷமா இருந்தா சரி" அப்பா தன் பேச்சினாலேயே அம்மாவைச் சமாதானப்படுத்தியிருக்க வேண்டும். விஷயம் தெரிந்ததும் அம்மா ஏதும் ரகளை செய்யவில்லை. "நா எதிர்பார்த்ததுதான்" என்றாள் தலையைக் குனிந்துக்கொண்டு கண்களில் நீர் இருந்திருக்கும். நான் கவனிக்கவில்லை.

"நீ தினம் தினம் அந்தப் பையனோடு வர்றதைப் பார்க்கும்போதே இப்படிப்பட்ட முடிவாத்தான் இருக்கும்னு நினைச்சேன்."

"உனக்கு வருத்தமா?"

"வருத்தமில்லாமெ?" என்றாள் அளிக்காமல். நம்ம ஜனம் நம்ம பாஷைன்னா சந்தோஷமா இருந்திருக்கும், அது யாரோ அன்னியன்னுதான் தோணும். நம்ம மாப்பிள்ளைன்னு தோணாது."

எனக்கும் அவனுக்கும் இடையே இருக்கும் நெருக்கம்தான் எனக்கு முக்கியம். வேறு எதுவும் முக்கியமில்லை என்று நான் சொல்லியிருந்தால் அவள் அதிகமா வருத்தப்பட்டிருப்பாள். அந்தத் தருணத்தில் என்னுள் அப்படிப்பட்ட நினைவுதான் மேலோங்கியிருந்தது.

"மைதிலி, மைதிலி...!"

நான் திடுக்கிட்டு வண்டியின் வேகத்தைக் குறைத்தேன் முரளியின் கை என் தோளில் இருந்தது.

“இங்கேதான், அந்த டிராஃபிக் ஸிக்னலுக்கு முந்தி இறங்கிடறோம்” என்றான்.

“எங்கே உங்களுடைய ஆபீஸ்?”

“இண்டஸ்ட்ரியல் காம்ப்ளெக்ஸ்லே ரோட்டைத் தாண்டின உடனே நாங்க் போயிடுவோம் தாங்க்யூ.”

“ஓ.கே.” என்று நான் வண்டியை சாலை ஓரமாக நிறுத்தியதும் அவர்கள் இறங்கி இருவரும் சேர்ந்து தாங்க்யூ என்று என் கையைத் தொட்டுச் சொன்னபோது மாகியின் சிரிப்பு மிக்க கவர்ச்சியாகத் தோன்றிற்று. பத்தடி தள்ளி டிராஃபிக் ஸிக்னலுக்காகக் காத்திருந்தபோது சாலையைத் தாண்டி அவர்கள் செல்வது தெரிந்தது. உற்சாகமாகச் சிரித்துப் பேசிக்கொண்டு சென்றார்கள். முரளியின் முகமும் பாவனைகளுமே மாறிப்போய் இருந்தது. ருக்மிணி மாமியிடமிருந்து பல காத தூரம் இவன் விலகி வந்துவிட்டது போல.

இதைப் பற்றியெல்லாம் நான் ஏன் யோசனை செய்ய வேண்டும்? அந்தப் பெண்ணுக்கும் முரளிக்கும் இடையே இருப்பது சாதாரண சிநேகிதமாக இருக்கலாம். வேறுவிதமாக இருந்தாலும்தான் எனக்கென்ன வந்தது?

நான் எனக்குள் தர்க்கம் செய்து அந்த நினைப்பை மனத்திலிருந்து ஒதுக்கினேன். இருந்தும் மனத்தின் அடி மூலையில் ஏதோ இனம் விளங்காத நமைச்சல் ஏற்பட்டது. அலுவலகக் காம்பவுண்டுக்குள் வண்டியைத் திருப்பிப் பார்க்கிங் லாட்டில் நிறுத்தும்போது, எனக்கு வயதாகி வருவதன் அடையாளம் இது என்று நினைத்துக் கொண்டேன். மற்றவர்களுக்கு ஏற்படக்கூடிய அதிர்ச்சியைக் கற்பனை செய்து பார்க்கக்கூட எனக்குத் தெம்பில்லாமல் போய்விட்டது.

ஏர்கண்டிஷன்ட் அலுவலகத்துக்குள் நுழைந்து அதன் ஜில்லென்ற தழுவலில் எல்லா நினைவுகளும் சரித்திரங்களும் பின்னுக்கு நகர்ந்துகொண்டன. வேறு பிறவி எடுத்ததுபோல நான் ரிஸப்ஷனில் தொடங்கி, எதிர்ப்பட்ட வெள்ளைக்கார இந்திய முகங்களுக்கெல்லாம் "ஹாய்!" என்று விளித்தபடி என் அறைக்குச் சென்றேன்.

உடனடியாக கவனிக்க வேண்டிய வேலைகள் நிறைய இருந்தன. இடையிடையே வந்த போன் கால்களுக்கு பதில் சொல்லிக்கொண்டு நான் வேலையில் ஆழ்ந்தபோது கதவு தட்டப்படும் ஒலி கேட்டது. நான் ஃபைலிலிருந்து நிமிராமலேயே 'கம் இன்' என்றேன். உள்ளே நுழைந்த லாவண்டர் மணத்திலிருந்து யார் வந்திருப்பது என்று தெரிந்தது. நிமிராமலே "வா ரோஸ்லிண்ட்" என்றேன். பிறகு நிமிர்ந்து சிரித்தேன். "என் கண் குருடாகிப் போனாலும் உன்னை எந்த இடத்திலும் நான் கண்டுபிடித்து விடுவேன், உன் உடம்பே லாவண்டர் என்று நினைக்கிறேன்."

அவள் சிரித்தபோது சோர்வு தெரிந்தது. பிறகு லேசாகச் சொன்னாள். "உளுத்துப்போன உடம்புக்கு ஏற்ற செண்ட் இது. என் பாட்டி லாவண்டர் பைகளைப் பழைய துணிகளுக்கு நடுவேயும் புத்தக அலமாரியிலும் போட்டு வைப்பாள் பூச்சி வராமலிருக்க. நான் அரித்துப் போன உடம்புக்கு லாவண்டர் பூசுகிறேன்."

முகத்தில் துளி வருத்தம் தெரியாமல் சிரித்த முகத்துடன் பேசிய ரோஸ்லிண்டை நான் யோசனையுடன் பார்த்தேன்.

"எப்படியிருக்கிறாய் ரோஸ்லிண்ட்? பொழுது போகவில்லையா?"

அவள் சடக்கென்று நிமிர்ந்து பார்த்தாள், "மிக வேகமாகப் போகிறது. அதனால்தான் இந்த ஆராய்ச்சி."

நான் உளறிய அந்த வார்த்தைகளுக்காக வெட்கப்பட்டேன்.

"நீயும் நானும் சுதந்திரம்னு நினைக்கிறது சுதந்திரம் இல்லே மைதிலி. நிறைய விஷயங்களிலே நாம சிறைப்பட்டிருக்கோம். சுதந்திரம் என்கிறது மேற்கத்திய வார்த்தை."

"உனக்கு வேண்டியது என்னன்னு நினைக்கிறே நீ?"

முக்தி இல்லேல்லே சாவைப்பத்திப் பேசல்லே. நம்மகிட்டேர்ந்தே முக்தி. "நான்" என்கிறதுலேர்ந்து முக்தி. நம்ம பாட்டிகளுக்கு சுலபமா வந்த கலை அது. அது நடுவிலே எங்கேயோ தொலைஞ்சு போச்சு."

"ரோஸ்லிண்ட், நீ கிழக்கா, மேற்கா?" அவள் சிரித்தாள்.

"கிழக்குதான்! பின்னே? நா இந்தியன். என் நிறம் அதை மாத்திடுமா? என் வேர்கள் இங்குதான் இருக்கு மைதிலி?"

'வேர்கள்' காரணம் புரியாமல் என்னை அந்த வார்த்தை உலுக்கிற்று. வேர்கள் என்று எதைச் சொல்கிறாய் என்று நான் கேட்கவில்லை. அவளுடைய நம்பிக்கைகளை நான் ஆராய முற்படுவது அர்த்தமற்றது.

சதீஷைப் பற்றின அப்படிப்பட்ட ஆராய்ச்சியில் நான் ஈடுபட்டது அனர்த்தத்தில் முடிந்ததை என்னால் மறக்க முடியாது.

சதீஷைப் பற்றின நினைவு எந்த வகையிலாவது தினத்திற்கு ஒரு முறையேனும் நெருடாமல் இருப்பதில்லை. செருப்பிற்குள் விரலிடுக்கில் மாட்டிக்கொண்ட கூழாங்கல்லைப்போல. கடவுளே, ஒரே ஒரு விவாகரத்து செய்துக்கொண்டு இந்தப் பாடு. மேற்கில் மூன்று நான்கு விவாகரத்து செய்து கொள்ளும் பெண்களுக்கு எத்தனை கூழாங்கற்கள் மனத்தை நெருடும்! எப்படிப்பட்ட சுமையாகிப் போகும் அது!

இந்தச் சுமையை எந்தக் கிணற்றிலாவது இறக்கி வைத்து ஒழிந்தது என்று நிம்மதியாக இருக்கவேண்டும் என்று நான் பார்க்கிறேன், முடியவில்லை. எதிர்பாராத சமயத்தில் 'நான் இருக்கேனே இன்னும்' என்று அழுத்துகிறது, கனவில் வருகிறது. குற்ற உணர்வில் குன்றச் செய்கிறது. ரோஸ்லிண்ட் சொன்னது சத்தியமான வார்த்தை. 'நீ சுதந்திரம் என்று நினைப்பது சுதந்திர மில்லை.' ஆனால் அவள் பேசுவது தத்துவம். வாழ்வின்

கடைசிப் படியில் நானும் அப்படித்தான் பேசுவேன். முக்தியைப் பற்றி... முடிவில்லா அமைதியைப் பற்றி.

என் மனத்தின் கொந்தளிப்பு அடங்கி அந்த நிலையை எட்ட பல நூறு ஆண்டுகள் ஆகும்போல் தோன்றுகிறது. "வாழ்க்கையிலேந்து ரொம்ப எதிர்பார்க்காதே" என்பார் அப்பா, ஏதோ அசரீரி வாக்குபோல, என்னுடைய தோல்வி எதிர்பார்ப்பினால் விளைந்தது என்று சொல்வது தவறு. என்னுடைய கணிப்பு தவறாகிப் போனதன் விளைவு அது.

காதலுக்கு ஏற்படும் மரணங்களுக்கு விளக்கம் தெரியாமலே போவது விசித்திரம். அமரத்துவம் வாய்ந்தது. அழியாதது என்றெல்லாம் வர்ணிக்கப்படும் அந்த சொல்லுக்கும் ஆண் பெண்ணிடையே வளரும் உறவுக்கும் சம்பந்தம் இருப்பதாகத் தெரியவில்லை. முன்னது வெறும் ஐதிகம். பின்னது ஈகோ சம்பந்தமானது. சதையும் ரத்தமும் கொண்ட ஈகோ, சரீரம் அநித்தியமானதாக இருக்கும்போது அதனுடன் தொடர்புக்கொண்ட உறவு, எப்படி அழியாததாக இருக்க முடியும்? அழியாக் காதல் என்பதைவிட ஒரு மகத்தான பொய், கவிஞர்களின் கற்பனையில் வேறு உதித்ததில்லை. எல்லாக் காதலர்களிடையேயும் காதல் மெல்லச் சாகும், அது வாழ்வின் நியதி, முதல் சாவு மணி எப்போது எதனால் அடித்தது என்று சொல்வதுதான் கடினம்.

'நான் சதீஷை விட்டு விலகப் போகிறேன்' என்று அப்பாவிடம் சொன்னபோது, அவர் வழக்கம்போலச் சற்றுநேரம் பேசாமல் இருந்தார்.

பிறகு மெல்லச் சொன்னார்: "நீ எப்பவோ செஞ்சிருக்கணும்மா. நீ இத்தனை நாள் பொறுமையா இருந்ததுக்கே உன் பாட்டி முப்பாட்டியுடைய ரத்தம் உனக்குள்ளே ஓடறது காரணமாயிருக்கும்."

அன்று நான் மிதமிஞ்சிய மனச்சோர்விலும் உடல் சோர்விலும் இருந்தேன். சாவைக் கண்டதுபோல என்னுள் நம்பிக்கையும்,

யௌவனமும் மடிந்திருந்தன. அந்த நிலையிலும் எனக்கு அப்பாவின் பேச்சு சிரிப்பைத் தந்தது.

நான் பாட்டியைக் கோடை விடுமுறையில் அப்பாவுடன் கிராமத்துக்குப் போகும்போது நான்கைந்து முறை சந்தித்திருக்கிறேன். சிகையெடுத்து தலையை நார்மடிப் புடவையால் மறைத்து புன்னகையுடன் திண்ணையில் சாய்ந்தபடி அமர்ந்த உருவம் 'பாட்டி' என்ற சொல்லைக் கேட்ட மாத்திரத்தில் மனத்தில் தோன்றுகிறது. வெகுநாட்களுக்குப் பாட்டி ஆச்சாரிய சுவாமிகளைப் போல ஏதோ மடத் தலைவி என்று ஒரு எண்ணம் இருந்தது. பாட்டி புருஷனிடம் ரொம்பக் கஷ்டப்பட்டாள் என்று பாட்டியுடைய தங்கை காமாட்சிப் பாட்டி, ஒருமுறை ஹரித்துவார், ரிசிகேஷ் போக வேண்டும் என்று தில்லிக்கு வந்திருந்தபோது சொன்னாள். சதீஷ்க்கும் எனக்கும் அப்பொழுது திருமணமாகியிருக்கவில்லை. காதல் வசப்பட்டிருந்த நாட்கள் அவை.

"கஷ்டம்னா எப்படிப்பட்ட கஷ்டம்?"

"ஐயோ அதெயேன் கேக்கறே? உங்க தாத்தா சரியான மைனர். குடி, கூத்தின்னு வெளியிலேயே பழியாக் கெடப்பார். வீட்டுக்கு வந்தா இவளுக்கு அடி, உதை. மிரட்டி உருட்டி நகையெல்லாம் வாங்கிண்டு போயிடுவார். வீட்டுக்கு வந்ததுக்கு அடையாளமா மூணு குழந்தைகள். வாயைத் திறக்கமாட்டா மகராசி. அவ முகத்திலே சிரிப்பே கண்டதில்லே நான்."

'பாட்டியா? எந்த நேரத்திலும் புன்னகை தவழ அருள் சுரக்க தபஸ்வியைப் போலத் திண்ணையில் அமர்ந்திருந்தவளா?'

"ஏன் வாயை மூடிண்டிருந்தா?"

வாயைத் திறந்து என்ன லாபம்? அடி உதை அதிக மாதம் பிறந்தாத்திலே அண்ணன், தம்பிகள் பெண்டாட்டிகளுக்கு, நடுவிலே வாழாவெட்டினு பேர் வாங்கறதைவிட அடியோ, உதையோ புருஷனோடு இருக்கிறது கௌரவம். புருஷன்

ஒருநாள் திருந்தமாட்டானான்னு நம்பிக்கை. வாரத்திலே நாலு நாள் பட்டினி இருப்பா விரதம். எதுக்கும் மசியலே உங்க தாத்தா, பொசுக்குனு செத்தும் போனார்."

அப்பா ஏன் இந்த விவரத்தையெல்லாம் என்னிடம் சொல்லவில்லை என்று எனக்குக் கோபம் வந்தது. சினிமாப் படக் கதையைச் சொல்வதுபோல் காமாட்சி பாட்டி சொல்லிக்கொண்டு போகையில் என் மனக்கண்ணில் நார்மடிப் பாட்டி வலம் வந்தாள். சிரிப்பில்லாத முகமும் மருண்ட கண்களுமாய், வாயை மூடியபடி அடியை வாங்கிக்கொண்டு கணவன் செத்ததும் அழுது.

"பாட்டி அப்புறம் பிறந்த வீட்டுக்குப் போனாளா?"

"இல்லையே, அதுதானே அதிசயம்! உங்க தாத்தாவுக்குச் சொந்தமான வீடு அது. அதை விட்டுக் கிளம்பினா அதுவும் கை நழுவி உறவுக்காராகிட்டப் போயிடும்னு பயம் வந்துடுத்து. அந்த வீட்டிலேயே ஒரு ரூமிலே இருந்துண்டு மீதி வீட்டை வாடகைக்குக் கொடுத்தா. அக்கம் பக்கத்திலே சமையல் வேலை செஞ்சு பிள்ளைகளைப் படிக்க வெச்சா. இப்ப உங்கப்பாவும், சித்தப்பாவும் தலைநிமிர்ந்து நிற்கறான்னா எப்படின்னு நினைச்சே?"

எனக்குச் சிலிர்த்துப் போயிற்று. "அதே உங்க பாட்டி செத்து உங்க தாத்தா இருந்தார்னு வெச்சுக்கோ கதையே வேறாயிருந்திருக்கும். உங்கப்பன் படிச்சிருக்க முடியாது. எங்கேயாவது எடுபிடி வேலை செஞ்சிண்டிருப்பான் வயித்தைக் கழுவ."

காமாட்சிப் பாட்டியின் கடுமையான வார்த்தைகளில் என் கண்களில் நீர் நிறைந்தது. ஆச்சாரிய சுவாமிகளைவிட பாட்டி மேலானவள் என்று தோன்றிற்று.

"தலைமயிரெல்லாம் எப்ப எடுத்தா?"

"தாத்தா செத்த உடனேயேதான், ஊர்க்காரா விடுவாளா? சமையல் வேலைக்குப் போகணும்னா இதையெல்லாம் செஞ்சுண்டாகணும்னா."

சின்ன வயசில் கிராமத்துக்குப் போகும் போதெல்லாம் அம்மாவை நிறைய 'ஏன் ஏன்' என்று கேள்வி கேட்டுத் துளைத்திருக்கிறேன். அம்மாவின் எந்தப் பதிலிலும் சமாதானம் கிடைத்ததில்லை. இப்போது தாத்தாவின் உண்மை ஸ்வரூபத்தைப் பாட்டி விவரிக்கையில் புதிதாகச் சீற்றம் எழுந்தது.

"கவனிக்கவே கவனிக்காத, ஒரு புருஷனுக்காக இப்படிப்பட்ட தியாகமா?"

"அந்தக் காலத்திலே எல்லாம் அப்படித்தான்" என்றாள் காமாட்சிப் பாட்டி சாதாரணமாக. "ஒரு வேடிக்கை கேளு. உங்க தாத்தா செத்துப்போன அன்னிக்கே அடுத்த தெருவிலே ஒருத்தருக்குப் பெண்டாட்டி செத்துப்போனா, பதிமூணாம் நாள் உங்க பாட்டிக்கு மொட்டை அடிக்கிறா. அந்த ஆளுக்கு ரெண்டாங் கல்யாணத்துக்கு மாப்பிள்ளை அழைப்பு நடக்கறது."

"சீச்சீ, நா நம்பமாட்டேன் பாட்டி" என்றேன் அதிர்ந்து.

"இது நடந்த விஷயம்டியம்மா. நா எதுக்குப் பொய் சொல்றேன்?"

"ஊர்க்காரங்கள்லாம் ஒண்ணும் சொல்லல்லியா?"

"கொஞ்சநாள் திகைச்சுப்போய் பேசினா, அப்புறம் நின்னு போச்சு. அதுவும் சின்னக் குழந்தைகளை வெச்சுண்டு அவன் எப்படி சமாளிப்பான் பாவம்னு அனுதாபப்பட்டா."

பாட்டி உயிருடன் இருந்தவரை வருஷா வருஷம் அப்பா கிராமத்துக்கு போய் வந்தது நினைவிருக்கிறது. பிறகு போவதையே நிறுத்தி விட்டார். சின்ன வயசில் அந்த சமூகத்தின்மேல் ஏற்பட்ட கோபமே, அதற்குக் காரணமாயிருக்கலாம் என்று நான் காமாட்சி பாட்டி சொன்ன கதையைக் கேட்ட பிறகு நினைத்துக் கொண்டேன். பாட்டியின் புகைப்படம் ஒன்று, இப்பொழுது பூஜை அலமாரியில் இருக்கிறது. நாற்காலியில் விறைப்புடன் அமர்ந்திருக்கும் அந்த உருவத்துக்கும், எனக்குத் தெரிந்த பாட்டிக்கும் சம்பந்தமில்லை.

பாட்டியுடன் என்னை அப்பா எப்படி இணைத்துப் பேசினார் என்று எனக்கு விசித்திரமாக இருந்தது. பாட்டி புருஷனிடம் பட்ட கஷ்டத்துக்கும் நான் அனுபவித்ததற்கும் ஒற்றுமை இருப்பதாக நினைத்தாரா? பாட்டிக்குக் காதல் என்றால் என்னவென்று தெரியாது. கோடானு கோடி இந்தியப் பெண்களைப்போல அதை உணராமலே வாழ்ந்து மடிந்தவள். நான் காதல் உணர்வை அனுபவித்தவள். அது நிலையானது என்று நம்பியவள். அதனாலேயே அதற்கு வாய்ப்பு கொடுக்க நினைத்தவள். அதைத்தான் அப்பா பொறுமை என்றார். அறிவீனம் என்று சொல்லலாம்.

அறிவீனம்தான். அலுவலகத்தில் இத்தனை பொறுப்பான உத்தியோகம் பார்ப்பவள் எப்படி அப்படி அறிவு கெட்டவளாக இருந்தேன் என்று ஆச்சரியமாக இருக்கிறது. படிப்பறிவில்லாத பாட்டிக்கும் எனக்கும் ஒரு விதத்தில் வித்தியாசமில்லை. அடியும் உதையும் பட்டுக்கொண்டு பாட்டியும் 'தாத்தா ஒருநாள் திரும்பி வருவார்' என்று காத்திருந்தாள். நான் காதலை நம்பியதுபோல அக்னி வலம் வந்து கைப்பற்றிய 'கணவன் ரட்சிக்க வருவான்' என்கிற தர்மத்தை அவள் நம்பியிருக்க வேண்டும்.

அப்பா வியந்ததைப் போலவே என் அலுவலக நண்பர்கள் என்னுடைய அன்றாடப் போராட்டத்தைப் பற்றி அறிந்தபோது வியந்தார்கள்.

"எப்படியிருக்கே அவனோடு?"

தெரியவில்லை. எங்கள் காலனியில் கிட்டத்தட்ட எல்லாக் குடும்பங்களுமே எங்கள் பிரிவை எதிர்நோக்கிக் காத்திருந்தன. இனத்தை விட்டு இனம் செய்து கொண்ட முதல் கல்யாணம் அந்தக் காலனிக்கு. இத்தனைக்கும் எல்லாக் குடும்பங்களுமே ஒரு தலைமுறைக்கு மேல் இருப்பவர்கள். 'வயத்திலே நெருப்பைக் கட்டிண்றுக்கேன்' என்று சொல்லும் அம்மாக்கள் அதிகமான இடத்தில் நான் இந்த மாதிரி செய்தது கலவரப்படுத்தியிருக்கும். "தில்லியிலேயே இருக்கிற தமிழ்ப் பெண்ணாப் பாருன்னு

சொல்றான் பையன்" என்று திருப்திப்பட்டுக் கொள்ளும் அப்பாக்களுக்கும் நான் சங்கடத்தை அளித்திருப்பேன். தில்லியிலே வளர்ந்த பெண்ணுக்கு என்ன கூடாத சினேகிதம் இருக்குமோ! என் திருமணம் வெற்றி அடைந்திருந்தால்தான் அவர்களுக்கு ஏமாற்றமாக இருந்திருக்கும், என்று சில சமயங்களில் என்னுள் கசப்பு ஏற்படுகிறது. தான் தோற்றது அவர்களுக்குத் தெம்பளித்திருக்கும். "பாரு, மைதிலி பண்ணின்டாளே, என்ன ஆச்சு?"

எனக்கு என்ன ஆச்சு என்பதை இவர்களுக்கு விளக்கும் பொறுமை எனக்கு இல்லை. அதற்கு அவசியமும் இல்லை, அது என்னுடைய அந்தரங்க விஷயம், இடையிடையே சதீஷின் நினைவு நெருடினாலும் நான் நிம்மதியாக இருக்கிறேன். தலைமழித்து நார்மடிக்குள் ஒடுங்க நேர்ந்த பிறகு சிரிப்பே இல்லாத பாட்டியின் முகத்தில் சாந்தமும் புன்னகையும் மலர்ந்ததைப்போல.

மாலையில் வீடு திரும்பிப் படியேறும்போது அம்மா பால்கனியில் அமர்ந்து ஏதோ தமிழ்ப் பத்திரிகை படிப்பது கண்ணில்பட்டது. நரைத்த தலையே அம்மாவின் முகத்திற்கு சோபை, வயசு ஏற ஏற அம்மாவின் மனசின் அழகு முகத்தில் கூடுவதுபோல் இருக்கிறது. அவள் ஒரு வகையில் தபஸ்வி. அவளுடைய வயசு காலத்தில், நான் ஒரு நிரந்தர ஏமாற்றம் அவளுக்கு. அதை அவள் ஒருநாளும் வெளிக்காட்டிக் கொண்டதில்லை. படியேறி தளத்தை அடைந்ததும் பத்திரிகையிலிருந்து முகத்தை நிமிர்த்தி என்னைப் பார்த்துப் புன்னகைத்தாள்.

"ஹல்லோ, அம்மா" என்று அவள் எதிரில் இருந்த நாற்காலியில் அமர்ந்தேன். "ஆடிப்பூரம் உற்சவத்துக்குப் போனியா?"

அம்மா வியப்புடன் சிரித்தாள். "போனேன். உனக்கெப்படித் தெரியும்?"

"இன்னிக்குக் கார்த்தாலே மடிசார் கட்டிலே ருக்மிணி மாமியைப் பார்த்தேன். சாப்பாடு பலமா?"

“பலம்தான். புளியோதரை, சர்க்கரைப் பொங்கல், வடை, தயிர்சாதம்.”

“எனக்குப் பிரசாதம் இருக்குமா?”

“இருக்கு. கொண்டு வந்திருக்கேன், வா.”

நான் தபால் வந்திருக்கிறதா என்று நோட்டம்விட்டு உள்ளே சென்று முகம் கழுவிக்கொண்டு வந்து சமையலறைக்குச் சென்றேன். அம்மா எல்லாவற்றையும் கொஞ்சம் கொஞ்சம் ஒரு பிளேட்டில் வைத்துக் கொண்டிருந்தாள்.

“சர்க்கரைப் பொங்கலும், புளியோதரையும் ருக்மிணியுடைய கைங்கர்யம். எத்தனை ருசியாயிருக்கு பாரு. ரொம்ப சிரத்தை அவளுக்கு.”

நான் ருசி பார்த்துக்கொண்டே சாப்பாட்டு மேஜைக்கு வந்து அமர்ந்தேன்.

“எப்படியிருக்கு?” என்றாள் அம்மா, தானே சமைத்ததற்கு அபிப்பிராயம் கேட்பதைப்போல.

“பிரமாதம்” என்றேன் நான். எக்கச்சக்க நெய் “மூட நெய் பெய்து முழங்கை வழிவார.....”

அம்மாவின் முகத்தில் மென்மை படர்ந்தது... “இன்னும் நினைவிருக்கா இதெல்லாம்?”

“அம்மா, ருக்மிணி மாமிக்கு ஒரு கிருஸ்டியன் நாட்டுப் பெண் வந்தா தாங்கிப்பாளா?”

திகைப்புடன் அம்மா என்னைப் பார்த்தாள்.

“செத்துருவா, வடகலை, தென்கலை வித்தியாசத்தையே அவ பார்க்கறவ. ஏன் அப்படிக் கேட்கறே?”

“சும்மா கேட்டேன் ஒரு பேச்சுக்கு.”

“விஷயம் ஏதேனும் உண்டா?” என்றாள் அம்மா சந்தேகத்துடன்.

"ஒரு ஊகம்தான். முரளி ஒரு கிருஸ்துவப் பெண்ணோடு சினேகமா இருக்கான்னு நினைக்கிறேன். அவங்க ரெண்டுபேருக்கும் இன்னிக்கு லிஃப்ட் கொடுத்தேன்."

"அடக் கஷ்டகாலமே."

"எதுக்கும்மா ஆரம்பத்திலேயே இப்படிப் பேசறே?" என்றேன் நான் எரிச்சலுடன். "குலம் கோத்திரத்தைப் பார்த்துண்டு காதல் பிறக்காதுன்னு மாமிட்டே சொல்லு."

"என்மேல் எதுக்கு ஆத்திரப்படறே?" என்றாள் அம்மா மெல்ல.

நான் என்னைக் கட்டுப்படுத்திக் கொண்டேன்.

"மைதிலி மாதிரி எம்பொண்ணு செஞ்சிருந்தா காலை ஒடிச்சு அடுப்புக்குப் போட்டிருப்பேன்னா அந்த மாமி?"

"என்னவோ சொன்னா, இந்த விஷயத்திலே அவ ரொம்ப தீவிரம்."

"நீ ஏன் என் காலை ஒடிக்கல்லே? கல்யாணத்தைத் தடுக்கக்கூடப் பார்க்கல்லியே?" அம்மா திடுக்கிட்டு என்னைப் பார்த்தாள். பிறகு மேஜை விளிம்பை நீவியபடி சொன்னாள்.

"காலை ஒடிக்கிற வயசு இல்லே உனக்கு. என்னைவிட அதிகமாப் படிச்சவ. தோளுக்கு மேல் நிக்கறவ. அந்தப் பிள்ளையோட நீ தினமும் சுத்திண்டிருந்தே. மானசீகமா நீங்க புருஷன் பொண்டாட்டியா ஒரு வருஷத்துக்கு மேல இருந்தேள். அவனை மறந்துட்டு வேற ஒருத்தனை, நா பார்த்து வைக்கிறவனைக் கல்யாணம் பண்ணிக்கோன்னு சொன்னா, நா பாக்கிற பிள்ளைக்கு துரோகம் பண்ற மாதிரி ஆகும்னு நா நினைச்சேன்."

நான் விழித்திருக்கிறேனா உறங்குகிறேனா என்று தெரியவில்லை. எங்கும் கும்மிருட்டு. ஆனால் கண்களுக்கெதிரில் சத்தியமான காட்சிபோலத் தோன்றுகிறது. கண்ணுக்கு மட்டுமில்லை. என்னால் அந்த ஸ்பர்சத்தை உணர முடிகிறது.

மெத்து மெத்தென்ற ஸ்பர்சம் பூச்சரத்தை ஏந்தியதுபோல, அந்தப் பூப்பொட்டலத்தைக் குனிந்து முகர்ந்து அதன் மணத்தை நாசி வரை இழுக்கிறேன். என்ன சுகம் என்ன சுகம். திடீரென்று அது உடலை முறுக்கிக்கொண்டு வீறிடுகிறது.

"ம்...மா...!"

நான் வெலவெலத்துப் போகிறேன். அப்படிப்பட்ட குரல் அதற்கு இருக்கும் என்று எதிர்பார்த்திராதவள் போல் கையில் இருப்பது தணலாகிப் போனதுபோல். நான் அதை உதறி ஓடுகிறேன். அது தொடர்ந்து அலறுகிறது.

"ம்...மா...!"

நான் காதைப் பொத்திக்கொண்டு ஓடுகிறேன். ஓடி ஓடிக் களைத்து ஓர் இடத்தில் அமர்ந்து 'ஓ' வென்று அழுகிறேன்.

விருக்கென்று எழுந்து அமர்ந்தேன். சுற்றிலும் இருட்டு. மையிருட்டு. என் உடம்பு வியர்வையில் தெப்பமாய் நனைந்திருக்கிறது. பக்கத்து ஃப்ளாட் எதிலிருந்தோ ஒரு குழந்தையின் சிணுங்கல் கேட்கிறது, அதுதான் என் கனவில் வந்ததா? கனவில் நான் அழுதது தத்ரூபமானதாக இருக்கிறது. அதை நினைத்து கலவரம் ஏற்பட்டது. கனவுகள் எல்லாம் ஆழ்மனத்தின் வெளிப்பாடு என்று படித்திருந்தாலும் நான் நம்பியதில்லை. அனேகக் கனவுகள் கொலாஜ் போன்ற சம்பந்தமில்லாத சிதறல்கள், கண்கள் விழித்ததுமே கரைந்து போகிறவை. ஆனால் இது செதுக்கிய சித்திரம்போல் இருந்தது. கருப்பு வெள்ளை லோ பட்ஜெட் சினிமாப் படம்போல. அதற்கு நான் கதாநாயகி, ஸ்மிதா பாட்டில் மாதிரி சாயல் கொண்ட நான். ஆனால் அழுதது நிஜ உணர்வாக இப்பவும் தோன்றுகிறது. அழுகை மட்டுமல்ல மெத்து மெத்து என்ற குழந்தையின் ஸ்பர்சம் கூடத்தான்.

எழுந்து சாப்பாட்டுக் கூடத்தில் இருந்த ஃப்ரிஜ்ஜை மெல்லத் திறந்து நீரைக் குடித்து மீண்டும் படுக்கைக்கு வந்து கண்ணை

மூடிப் படுத்தேன். சற்று நேரத்துக்கு மனசு அலைபாய்ந்து மீண்டும் உறக்கத்தில் ஆழ்ந்தது.

காலையில் காமாக்ஷி சுப்ரபாதத்துக்குக் கண் விழித்தபோது ஆறரை மணி ஆகிவிட்டிருந்தது. நான் சில வினாடிகள் மீண்டும் கண் மூடிக்கொண்டேன். பிறந்ததிலிருந்து கேட்டு வரும் சுப்ரபாதங்களும், மணி ஓசைகளும், ஊதுபத்தி கற்பூர வாசனைகளும் என்னுள் ஐக்கியமாகியிருக்கும், நினைவுகளுள் ஒரு சின்ன பாகம். என்னை முழுதும் அவை ஏன் வியாபிக்கவில்லை என்பது வினோதமானது. அம்மாவே இவையெல்லாம் ஒரு நியதியாக, மூதாதையர் செய்ததன் நினைவாகச் செய்கிறாள் என்பது காரணமாக இருக்கலாம். ருக்மிணி மாமியின் மூடமான பிடிமானம் அம்மாவுக்குக் கிடையாது. “தில்லியானா, என்ன திருச்சியானா என்ன, நம்ம சம்ஸ்காரம் - மாறிப் போகுமா?” என்ற ருக்மிணி மாமியின் வாதம் மூர்க்கத்தின் எல்லைக்குச் செல்லும். நடுக்கும் குளிர் நாள்களில் வீட்டிற்கு விலக்கான தருணங்களில் மாமியின் பெண் பத்மாவுக்குக் கை, கால் கழுவ வெந்நீர் கிடைக்காது. போர்த்திக் கொள்ள கதகதப்பான (பருத்தி மெத்தை) ரஜாய் கிடைக்காது. இப்பொழுது அதைப் பற்றி நினைத்தாலும் எனக்கு அடிவயிற்றைக் கலக்குகிறது. இதையெல்லாம் ஒருநாள் பத்மா தானாகத்தான் என்னிடம் ரொம்ப வருஷங்களுக்கு முன் சொன்னாள். சொல்லும்போது அவள் முகத்தில் தென்பட்ட கோபமும், அவமானமும் இப்பவும் எனக்கு நினைவிருக்கிறது ஒருநாள் அம்மா எதற்காகவோ என்னை ருக்மிணி மாமி வீட்டிற்கு அனுப்பினாள். எதற்கு என்று எனக்கு சுத்தமாக மறந்துவிட்டது.

மாமி வீட்டில் பத்மா மட்டும்தான் இருந்தாள். கதவைத் திறந்ததும் “வா” என்று சடக்கென்று ஒதுங்கிச் சென்று ஒரு ஒரமாக இருந்த நாற்காலியில் அமர்ந்து கொண்டாள்.

“என்ன வேணும், அம்மா எல்லாம் யாரும் இல்லே மைதிலி!”

கிட்டத்தட்ட ‘ஏன் வந்தாய்’ என்பதுபோல் இருந்தது. ‘போய் விடு’ என்று கெஞ்சிற்று.

நான் வினோதமாக அவளைப் பார்த்துக் குழப்பத்துடன் புன்னகைத்தேன்.

அம்மா கேட்டிருந்ததைச் சொன்னேன். ஏதோ தமிழ் சஞ்சிகை என்று எனக்கு இப்பொழுது நினைவுக்கு வருகிறது. பத்மா டி.டி.இ.ஏ. பள்ளியில் தமிழ் படித்தவள்.

"உங்கம்மா இல்லேன்னா என்ன? உனக்குத் தமிழ் தெரியுமே, எடுத்துக் கொடேன்?"

"அது எங்கேயோ உள்ளேயிருக்கு. நா போய் தொட முடியாது."

"ஏன்?" என்றேன் வியப்புடன்.

"அப்படித்தான்" என்றாள் அவள் அலுப்புடன்.

"உனக்கும் ஒரு நாளைக்கு இப்படி அவஸ்தைப்பட வேண்டிவரும். என்னைவிட இரண்டு வயசுதானே சின்னவ?"

நான் பதில் ஒன்றும் சொல்லாமல் அவளைத் திகைப்புடன் பார்த்தேன். டிஸம்பர் மாதக் கடைசி என்று ஞாபகம். அந்த எட்டடிக் குச்சு போன்ற அரை ஐஸ் பெட்டியைப்போலத் தணுத்தது. நான் கம்பளிக் கோட்டில் காலில் ஸாக்ஸ், ஜோடுடன் நின்றிருந்தேன். பத்மா சின்னாளப்பட்டிப் பாவாடை சட்டை தாவணி அணிந்திருந்தாள். ஒரு பழைய முழு கை ஸ்வெட்டர் அதன் மேல். கண்களில் நீர்முட்டி நின்றது.

"என்ன பத்மா?" என்றேன் நான் திடுக்கிட்டு.

"கிட்ட வராதேடி!" என்றவள் கலவரத்துடன் "எங்கம்மா வந்து ரகளை பண்ணிடுவா. நா ஒரு பஞ்சாபி வீட்டிலே பிறக்கல்லியேன்னு வருத்தமா இருக்கு."

நான் நிலைமையை உணர்த்து கொள்ளாமல் சிரித்தேன்.

"ஏன் அப்படிச் சொல்றே? உங்கம்மா மாதிரி புளியோதரையும் அக்கார அடிசலும் யார் பண்ணுவா?"

"வேண்டவே வேண்டாம் எனக்கு அது!" என்று பத்மாவின் வார்த்தைகளில் இருந்த சீற்றம் ஆச்சரியத்தை அளித்தது. "ஒரு நாளைக்குப் பாரு பத்மா குளிர்லே விறைச்சு செத்துப் போனான்னு உனக்கு சேதி வரும்! இப்பல்லாம் ராத்திரி டெம்பரேச்சர் எவ்வளவு? மைனஸ் இரண்டு, எனக்குத் தரையிலே பாயிலே ஜமுக்காளத்தை விரிச்சுப் படுக்கை. போர்த்திக்க ஓட்டை விழுந்த கப்பிளிப் போர்வை. தூக்கம் வர்றதில்லே. கார்த்தாலே பல் தேய்க்க, முகத்தை அலம்ப வென்னீர் கிடையாது."

பதுங்கி வைத்திருந்த நீரைத் திறந்து விட்டதுபோல் கண்களிலிருந்து பகபகவென்று வழியும் கண்ணீரைக் கண்டு அதிர்ந்து போனேன்.

"அதோடு, அதோடு..."

அவள் மேலே பேச முடியாமல் கேவினாள், "அதோடு?"

"அடச்சீ போ, உனக்குப் புரியாது!"

என்னுடைய ஆர்வம் அதிகரித்தது. அத்துடன் 'உனக்குப் புரியாது' என்றது ரோசமாக இருந்தது. வகுப்பில் நான் சராசரிக்கு மேலானவள் என்று பெயர்.

"சொல்லு பத்மா, நா யார்கிட்டயும் சொல்ல மாட்டேன்."

பத்மா கூச்சத்துடன் சிரித்தாள்.

"வேண்டாம், வேண்டாம், அப்புறமா நீயே புரிஞ்சிப்பே. தமிழச்சியா ஏன் பிறந்தோம்னு இருக்கு. பஞ்சாபி வீட்டிலே, பிறந்திருந்தா சுதந்திரம் ஜாஸ்தி. ஒரு நாளைக்கு ஓடிப் போயிடப்போறேன் பாரு!"

"பஞ்சாபி வீட்டுக்கா?"

"யார் வீட்டுக்கோ! மொத்தத்திலே இந்த வீட்டை விட்டு, இந்த மடிக்கும் ஆசாரத்துக்கும் முழுக்குப் போட்டு!"

"மைதிலி! எழுந்திருக்கல்லே?"

"எழுந்திருக்கறேம்மா!"

நான் விருக்கென்று எழுந்து படுக்கையை சரிசெய்து குளியலறைக்குச் சென்றேன், பத்மாவின் நினைவு தொடர்ந்து வந்தது.

"ஒரு நாளைக்கு ஓடிப்போயிடப் போறேன்."

பத்மா ஓடிப்போய்விடவில்லை. பி.ஏ. முடிவதற்குள் ருக்மிணி மாமி உறவுக்குள் பார்த்து வைத்திருந்த வரனைக் கல்யாணம் செய்துக்கொண்டு சமத்தாக இப்பொழுது ஸ்ரீரங்கத்தில் குடித்தனம் செய்கிறாள். கோடை விடுமுறைக்கு எப்பொழுதாவது குழந்தைகளுடன் தில்லிக்கு வருகிறாள். அசல் ஸ்ரீரங்கம். இந்தக் காற்றுக்கூட இப்பொழுது ஒத்துக் கொள்ளவில்லையாம். நீர்கூட.... அங்கே இத்தனைக்கும் கிணத்து ஜலம்தான், இங்க வந்ததுமே இழுக்க ஆரம்பிச்சுடறது என்கிறாள் நூத்துக் கிழவிபோல், நெற்றியில் வகிடுவரை கோபி.

ஸ்ரீரங்கத்துக் காற்றோடு பத்மா எப்படி ஒன்றிப் போனாள், என்று எனக்கு அடிக்கடி வியப்பேற்படுகிறது. ருக்மிணி மாமி பெண்ணின் மொத்த மாற்றத்தைக் கண்டு பரவசப்பட்டுப் போகிறாள். இதற்காகவே மாமி பயிற்சி அளித்து வந்தாளோ என்று தோன்றுகிறது. இந்தப் பத்மாவேதான் 'பஞ்சாபி வீட்டிலே பிறந்திருக்கணும்' என்று சொன்னாள் என்றால், மாமி நம்பமாட்டாள். 'ஓடிப்போயிடலாம் போல இருக்கு.' மாமிக்கும் சந்தேகம் தட்டியிருக்கும். அதனால்தான் ஓட, கால் எழும்புவதற்கு முன் ஸ்ரீரங்கத்து அத்தானுக்குக் கட்டிக் கொடுத்துவிட்டாள். பத்மா முரண்டு செய்யாமல் கல்யாணம் செய்து கொண்டிருப்பாள் என்று எனக்குத் தோன்றவில்லை.

"என் பொண்ணாயிருந்தான்னு வெச்சுக்குங்கோ..." பத்மாவின் கால் ஒடிக்கப்பட்டது என்று நான் நினைத்துக் கொண்டேன். பத்மா ஒரு அசடு. "தில்லியே எனக்கு ஒத்துக்கல்லே தெரியுமோ!" அசடு. அவளும் அவளது நொணநொணப் பேச்சும், முரளி என்ன செய்யப் போகிறான்? இப்படிப்பட்ட பின்புலத்தைக் கொண்டவன் என்ன செய்வான்? எந்த தைரியத்தில் மாகியின் கையைப் பிடித்துக்கொண்டு நடுத்தெருவில் நடக்கிறான்?

நான் காபி சாப்பிட வரும்போது எம்.எஸ். கஞ்சதளாய தாக்ஷி பாடிக் கொண்டிருந்தாள். நான் சாப்பாட்டு மேஜைமேல் இருந்த டைம்ஸ் ஆஃப் இந்தியாவை நோட்டம் விட்டபடி காபி அருந்தினேன். அம்மா பூஜையறையில் 'சர்வமங்கள மாங்கல்யே' சொல்லிவிட்டு சமையலறைக்கு நுழையப் போனவள் என்னைக் கண்டு நின்றாள்.

தலைக்குக் குளித்திருந்ததில் வெள்ளை மயிர் சாமரம் போல் முதுகில் படர்ந்திருந்தது. தாழம்பூ முகத்தில் நெற்றிக் குங்குமம் சுடர்போல் பிரகாசித்தது. தில்லி குளிர் மைனஸ்ஸுக்குப் போனாலும் அம்மா காலை ஏழு மணிக்குள் குளிக்காமல் இருக்கமாட்டாள். குளிர்காலத்தில் காஞ்சீபுரம் பட்டு, கோடையில் கைத்தறி சேலை, அம்மாவுக்கு நிறைய அழகுணர்ச்சி உண்டு. இந்தக் காலைக் குளியல் அப்பாவை மகிழ்விக்கவும்கூட என்று நான் பின்னால் புரிந்து கொண்டேன். எப்பேர்பட்ட கோபமாக இருந்தாலும் அம்மாவின் இந்தக் கோலத்தைக் கண்டு அப்பா தளர்ந்து போவதை நான் கண்டிருக்கிறேன்

இந்தச் கலாசாரத் தந்திரங்களையெல்லாம் கற்றுக் கொள்ளாத அல்லது மதிக்காத ரெண்டும் கெட்டான் நான். இந்த மாதிரியெல்லாம் செய்திருந்தால் சதீஷுக்கும், எனக்கும் இடையே பிளவு ஏற்பட்டிருக்காதோ என்னவோ?

"என்ன மைதிலி, வழக்கம் போலத்தானே?"

"ஆமாம்மா" என்று நான் எழுந்தேன். "நம்ம வாழ்க்கையிலே என்ன மாறுதல் ஏற்படும்னு நினைக்கிறே?"

அம்மா பதிலுக்குப் புன்னகைத்து சமையல்கட்டிற்குள் நுழைந்தாள். அம்மாவிடம் எனக்குப் பிடித்த குணம் இது உணர்ச்சிவசப்பட்டு லெக்சர் கொடுக்கும் வர்க்கம் இல்லை அவள். எல்லாரும் தனித்தனிப் பரக்ருதிகள். கலிஃபோர்னியாவில் இருக்கும் அவளுடைய பேரன் ராகுல் உள்பட "நீ சொல்வதை நான் ஒப்பவில்லை" என்று அந்த ஐந்து வயது உழக்கு அமெரிக்க ஆங்கிலத்தில் இவளுடன் வாக்குவாதம் செய்தால், அவனுக்கு

சமதையாக அமர்ந்து வாதம் செய்பவள். "இட்லி இஸ் க்ரேட்" என்று கழுத்தைக் கட்டிக்கொண்டு அவன் முத்தம் கொடுத்தால் கண்கள் பனிக்காமல் எதார்த்தமாக எடுத்துக் கொள்பவள்.

உணர்ச்சிவசப்படுபவளாக இருந்தால் என்பாடு திண்டாட்டமாக இருந்திருக்கும். என்னுடைய இக்கட்டான காலங்களில் எல்லாம் அப்பாதான் என் தோழர் என்று நான் நினைத்ததுண்டு. அம்மா அவருடைய நிழல் என்று தோன்றும். இப்போது தோன்றுகிறது. அம்மாதான் அப்பாவின் பக்கபலம் என்று. அந்தக் கனவில் 'ம்மா' என்று அலறிய சிசு நானே...

குளியலறையில் இருக்கும் கண்ணாடியில் என் முகத்தைப் பார்க்கும்போது திடுக்கிட்டது. சற்றுமுன் பார்த்த அம்மாவின் முகம் ஞாபகத்திற்கு வந்தது. அவள் வயிற்றில் பிறந்தவள்தானா நான்? பச்சை மண்ணாக இந்த நிலத்தில் நான் விழுந்திருக்க வேண்டும். தில்லி காற்றும், நீரும், உப்பும் இஷ்டத்துக்கு உருத் தெரியாமல் உருட்டியிருக்க வேண்டும். 'இப்பொழுது நான் யார்?'

'தெரியாது.'

யார் கேட்டாலும் இதுதான் பதில். தெரியாது, சித்ரகுப்தன் கேட்டாலும்.

யார் கணக்கிலும் சேரமுடியாத ப்ரக்ருதி இது. இந்த அவஸ்தை கூடாது என்றுதான் பத்மா போய்விட்டாள் ஸ்ரீரங்கத்திற்கு.

துப்பட்டா பறக்க நான் படியிறங்கும்போது சலூனுக்குச் சென்றிருந்த அப்பா எதிரில் வந்தார். "கிளம்பிட்டியா?" என்றார் சம்பிரதாயமாக. நான் தலையசைத்துவிட்டுக் கீழே இறங்குகையில் 109-இல் ராதிகா சன்னமாகப் பாடுவது கேட்டது, "ஓடி வருகையிலே கண்ணம்மா உள்ளம் குளிருதடி."

ஒரு விநாடி நெகிழ்ந்து நான் கராஜை நோக்கி நடந்தேன். "நா என் திருப்திக்காகப் பாடறது, அதுக்கு அர்த்தமில்லே" என்று அவள் ஒருநாள் சிரித்துக் கொண்டே சொன்னது நினைவுக்கு வந்தது.

அதிபுத்திசாலியான அவளுக்கு மூளை வளர்ச்சியில்லாத குழந்தை ஏன் பிறக்க வேண்டும்? விஷயம் தெரிந்தவுடன் “அட கஷ்டகாலமே!” என்றாள் அம்மா. முரளி கிறிஸ்தவப் பெண்ணுடன் சுற்றுகிறான் என்று சொன்னதற்கும் நேற்று அம்மா அதையேதான் சொன்னாள். இரண்டுக்கும் சம்பந்தமில்லை என்று அவளுக்கே தெரியும். ஆனால் ராதிகா சிரித்துக்கொண்டு பாரதியைப் பாடுகிறாள். பார்ஸிக்காரனுக்குப் பிறந்த குழந்தைக்கு ருக்மிணி மாமி ஒப்பாரி வைக்கப் போகிறாள் சம்ஸ்காரத்தை நினைத்து.

ருக்மிணி மாமிக்கு ஒரு ‘ஜோல்ட்’ ஏற்படுவது நல்லது என்கிற வக்கிர எண்ணம் விபரீதமாக எழுந்தது. எல்லாருடைய காலையும் ஒடித்து விறகடுப்புக்குப் போடுவது என்கிற கங்கணத்துடன் அவள் பிறந்திருப்பாள் என்று தோன்றிற்று. முரளியின் காதலையும் நறுக்கிவிடுவாள். ஆழ்வார் திருநகரிலிருந்து ஒரு படிதாண்டாப் பெண்ணை அழைத்து வந்து அவன் கழுத்தில் கட்டினாலும் கட்டுவாள். முரளி அதற்குக் கட்டுப்படுவானா? கட்டுப்பட்டால் ராதிகாவின் குழந்தைக்கும் அவனுக்கும் வித்தியாசமில்லை.

சிவப்பு சிக்னலைக் கண்டு நான் வண்டியை நிதானப்படுத்தி நிறுத்தினேன். ‘முரளியும், ருக்மிணி மாமியும் எப்படிப் போனால் எனக்கென்ன வந்தது’ என்று என்னையே சபித்துக் கொண்டேன். எனக்கு முன்னால் காலை அவசரத்து ஊர்வலமாகக் கார்கள் சலிப்புடன் நின்றிருந்தன. நான் சோம்பலுடன் பார்வையை ஓட்டினேன். எனக்கு முன்னால் இருந்த நான்கைந்து வண்டிகளுக்கு முன் இருந்த ஒரு சிவப்பு மாருதியின் பின் சீட்டில் ஒரு மனிதனின் பிடரி தெரிந்தது. என் உடம்பு முழுவதும் ஷாக் அடித்ததுபோல் உலுக்கிற்று. மிகப் பழக்கமான பிடரி முடி நெளி நெளியாக, வெள்ளைக்காதுகள், கழுத்து. இந்த என் நடுங்கும் விரல்கள் ஆசையாக அவற்றைத் தழுவியிருக்கின்றன. வெறியடைந்திருக்கின்றன.

சதீஷ், சந்தேகமில்லை. அவன்தான். பக்கவாட்டில் அவன் திரும்பியபோது நிதர்சனமாயிற்று. எதற்கு வந்திருக்கிறான்

டில்லிக்கு? நான் அவசரமாக மனக் கணக்குப் போட்டுப் பார்த்தேன். இந்த மாதம் விசாரணை இல்லை. வேறு எதற்கும் அவன் வரக்கூடாதா என்ன?

சிவப்பு மாறி பச்சை சிக்னல் வந்தது.

இன்று வேலையில் எனக்கு மனசு ஓடவில்லை, எந்த நிமிஷமும் சதீஷிடமிருந்து போன் வரலாம் என்கிற எதிர்பார்ப்பு முணுமுணுவென்று மூளையை வியாபித்துக் கிட்டத் தட்டச் செயலிழக்கச் செய்தது.

ஒவ்வொரு முறையும் அவன் தில்லிக்கு வரும்போது, எனக்குள் ஏன் இப்படிப்பட்ட சங்கடம் ஏற்படுகிறது என்று புரியவில்லை.

"ஏன் சங்கடப்படறே?" என்றாள் ரோஸ்லிண்ட் ஒருமுறை. "அவன் உன் வாழ்க்கையில் ஒரு முடிந்துபோன அத்தியாயம் மைதிலி?"

முடிந்துபோன அத்தியாயம்தான். ஆனால், ஆழமான பாதிப்பை ஏற்படுத்திய அத்தியாயம், சட்டப்படி முடிந்துபோன உறவு. உணர்வு ரீதியில் முடியாததாகத் துன்புறுத்துவது. எனது இந்த அவஸ்தையைப் பற்றி அம்மாவுக்கோ அப்பாவுக்கோ கூடத் தெரியாது. அனேக இரவுகள் தூங்காமல் என்னை விழித்திருக்கச் செய்வது என்று தெரியாது. தூக்கமில்லாததன் அடையாளமாக எனது கண்களுக்கடியில் ஒரு நிரந்தரமான உப்புஸம் தோன்றி வருவதை முகம் பார்க்கும் கண்ணாடி தெரிவிக்கிறது. 'முடிந்து போன' அத்தியாயத்தில் என் தோல்வி எதிரொலித்தது. சட்டத்தின் தீர்ப்பு எனக்கு சாதகமானதாக இருக்கலாம். ஆனால், அது எனக்கு வெற்றியில்லை. தீர்ப்பு வெளியானபோது யாரும் என்னை வாழ்த்தவில்லை. துக்கம் விசாரிக்க வந்தவர்கள் செய்யும் சமாதானத்தைப்போல, "இனிமே பழசைப்பற்றி நினைக்காதே. புதுசா வாழ்க்கையை ஆரம்பி" என்றார்கள். "கெட்ட கனான்னு நினச்சுக்கோ" என்று என்னைவிடச் சின்னவனான முரளி வந்து என் தோளைத் தொட்டுச் சொன்னது ஞாபகம் இருக்கிறது.

கரும்பலகையில் சாக்குக் கட்டியால் எழுதிய வார்த்தைகளை ஈரத்துணியால் அழித்துவிடும் சரளத்துடன் ஆளுக்கு ஆள் சமாதானப்படுத்தினார்கள். என்னைச் சமாதானப்படுத்த வேண்டிய நிர்பந்தத்தில் தாங்கள் இருப்பதான பாவனையுடன்.

நான் யாரையும் பார்க்க முடியாது என்று அறைக்குள் சென்று தாழ்ப்பாள் போட்டுக்கொண்டேன். தலையணையில் முகத்தைப் புதைத்து கண்ணீர் பெருக்கினேன். என் கட்டுக்குள் அடங்காத்தாக நீர் பெருகிற்று. விவாகரத்துக்காக விடாப்பிடியுடன் ஒரு வருஷ காலம் கோர்ட் வாசலை மிதித்து வந்தவள், சாதகமான தீர்ப்பு கிடைத்தபிறகு அழுவது, என்னையே நான் கேவலப்படுத்திக் கொள்வதாக உள்மனத்தில் தோன்றினாலும் அதன் பாட்டிற்குக் கண்ணீர் பெருகிற்று. நாபியிலிருந்து வெடித்த துயரம் தர்க்கத்துக்கு உட்படாததாக இருந்தது.

பிறகு யோசித்துப் பார்க்கும்போது, அன்று என்னை ஒரு குற்ற உணர்வு வியாபித்திருக்க வேண்டும் என்று தோன்றிற்று. அந்தத் தீர்ப்பு எந்த வகையிலோ சதீஷைப் பரிதாபத்துக்குரியவனாக ஆக்கியிருந்தது. அவன் அந்த நிலைமைக்கு ஆளாக்கினது நீதான் என்று என்னைக் குற்றம் சாட்டிற்று. அதனால்தான் அவன் தில்லிக்கு வரும்போது என்னுடன் தொடர்பு கொள்ளும்போதெல்லாம் மனசு துவண்டு போகிறது.

“விவாகரத்து ஆனதினாலே நாம் விரோதிகள் இல்லே மைதிலி, நாம் சிநேகிதர்களாக இருக்க முடியாதா?”

தோற்ற நிலையிலும் கவர்ச்சி மாறாத அவனது பேச்சும் புன்னகையும் எனக்கு வியப்பை அளிக்கிறது. இரண்டு மாதங்களுக்குமுன் இப்படித்தான், திடும்மென்று போன் செய்தான். “இன்று லஞ்சுக்கு வாயேன், கனிஷ்காவிலே தங்கியிருக்கேன்” என்றான். நான் கண் சொடுக்காமல் சரி என்று சொன்னதை நினைக்க இப்பவும் வெட்கமாக இருக்கிறது.

அவன் லவுஞ்சில் காத்திருந்தான். காதலியை எதிர் நோக்கியிருக்கும் காதலன் போல் என்னைக் கண்டதும் முகம்

பிரகாசமாயிற்று. "எங்கே வராமல் ஏமாற்றி விடுவாயோ என்று கவலையாக இருந்தது" என்று லேசாகச் சிரித்தபோது 'ஓ', நான் வந்திருக்கக் கூடாது, என்று நினைத்துக் கொண்டேன்.

என்னை மேலும் கீழமாகப் பார்த்து "யூ லுக் கிரேட்" என்றான்.

சிவந்த உதடுகளில், கண்களில் துள்ளிய உல்லாசத்தில் அதே கவர்ச்சி, இவனும் நானும் சேர்ந்து வாழ்ந்து போராடி, பிறகு பிரிய நேர்ந்த மூன்று ஆண்டுச் சரித்திரமே இவனது நினைவிலிருந்து நழுவிப்போன விந்தையைப் கிரகிக்கும் சக்தியில்லாமல் நான் விறைப்புடன் சொன்னேன். "உன் பாராட்டுக்கு தாங்க்ஸ். ஆனால் இப்படியெல்லாம் என்னைப் பார்க்காதே, ஒரு காதலியைப் பார்க்கிற மாதிரி. நான் உன்னுடைய மாஜி மனைவி, சண்டை போட்டுப் பிரிஞ்சிருக்கோம்."

அவன் சுரணையில்லாமல் வாய்விட்டுச் சிரித்தான், எதோ ஹாஸ்யத்தை ரசிப்பதுபோல. உள்ளார்ந்த சங்கடத்தை மறைக்கத்தான் அந்தச் சிரிப்பாக இருக்க வேண்டும். பிறகு, சீரியஸ்ஸாக முகபாவத்தை வைத்துக்கொண்டு டைனிங்ஹால் பக்கம் என்னை நடத்தியபடி சொன்னான்,

"பிரியணும்னு நீ விரும்பினே. பிரிஞ்சோம். அந்தக் காரணத்தினாலே என் உணர்வுகள் செத்துப்போச்சுன்னு அர்த்தமில்லே. என்னை நீ புரிஞ்சுக்கவே இல்லை மைதிலி! என் காதல் உணர்வுகளை நான் அத்தனை சுலபமா அழிக்க முடியாது. ஐ ஸ்டில் லவ் யூ!"

"ஷட் அப் சதீஷ்" என்றேன் நான் ரோஷத்துடன், "இந்த மாதிரி பேசத்தான் நீ என்னைக் கூப்பிட்டேன்னா நான் கிளம்பிப் போறேன்."

"வேண்டாம், ஸாரி. நான் உன்னை சங்கடப்படுத்த மாட்டேன், கவலைப்படாதே."

சொன்ன வாக்கை வெகு தீவிரத்துடன் கடைப்பிடிப்பவன்போல், எங்கள் பழைய உறவைப் பற்றிப் பிறகு அவன் பேசவில்லை.

பிளவைப் பற்றியும் ஞாபகப்படுத்தவில்லை. கிட்டத்தட்ட நாங்கள் திருமணமாவதற்கு முன் கழித்த நாள்கள்போல இருந்தது. கல்கத்தாவின் அரசியல் சூழலை ஹாஸ்யத்துடன் அவன் விவரிக்கையில் நான் என்னை மறந்து சிரித்தேன். இலக்கியத்தையும், நாடகத் துறையையும் அலசியபோது அவனது ரசனையை வியந்தேன். அவன் பேசாத மௌனமான தருணங்களில் இவனுள் எத்தனை மனிதர்கள் இருப்பார்கள் என்று தடுமாறினேன். அதில் நிஜமானவன் யார் என்று எனக்குத் தெரியாது. இவன் சொன்னது நிஜம். இவனை நான் புரிந்துகொள்ளவில்லை. புரிந்துகொள்ள முயற்சி எடுக்காதது காரணமில்லை. இவனைப் புரிந்துகொள்வது என்பது அசாத்தியமானது. அதில் நான் பொறுமையிழந்து போனதாலேயே உணர்வுகளை மூட்டை கட்டி நீதிமன்ற வாசலில் வைக்க வேண்டியதாயிற்று. அவன் பேச்சுவாக்கில் என் கைகளைத் தொட்டான். மின்சாரம் பாய்ந்ததுபோல் என் கைகள் பின்வாங்கின. அவன் அதை கவனித்து லேசாகச் சிரித்தான். அதில் கேலி இருந்ததாக அவன் வேண்டுமென்றே என்னை சோதிப்பதாக நான் உணர்ந்து கொண்டேன். அவன் ஏதோ யோசனையில் சற்றுநேரத்துக்கு மூழ்கிப் போனான். பிறகு, இயல்பாகக் கேட்பவனைப் போலக் கேட்டான்! "யாராவது புதிய சிநேகிதன் இருக்கிறானா?"

அவன் கேட்ட விதம் ஒரு விநாடி என்னை நிலை குலைய வைத்தது. நான் கைகளை விலக்கிக் கொண்டதற்கு விளக்கம் தேடும் எத்தனம் இது என்று புரிந்தது 'ஓ இவன் மாற மாட்டான்' என்று என்னுள் இனம்புரியாத எக்களிப்பு ஏற்பட்டது. சுபாவமான வீம்பு எழுந்தது.

"இருந்தா உன்னை அது எந்த விதத்திலேயாவது பாதிக்கப் போகிறதா?"

"நோ, நாட் அட் ஆல்" என்று கம்பீரமாகத் தலையையும், கைகளையும் அசைத்தான். "ஆனா, இந்த தடவை கவனமா பார்த்துப் பொறுக்கணும். அவன் ஒரு தமிழனா இருக்கிறது நல்லது!"

எனக்குச் சிரிப்பு வந்தது, "ஏன், தமிழன் எதுக்கு? அவனும் எனக்கு அன்னியன்தான். நான் தமிழச்சின்னு சொல்லிக்க எனக்கு என்ன அருகதை இருக்கு?"

அவன் கம்பீரம் மாறாமல் மிகத் தீவிரமான விஷயத்தைச் சொல்வதுபோல் சொன்னான்,

"நீ அருகதை இல்லேன்னு சொல்லிக்கலாம். உண்மையான தமிழ்நாட்டுப் பிரதிநிதியாக இல்லாமல் இருக்கலாம். ஆனால், அடிப்படைப் பிராந்திய உணர்வுகளை அழிக்க முடியாது. உன்னுடைய ரத்தத்திலே கலந்திருப்பது அது. உனக்குள்ளே தமிழ்நாட்டு அக்கிரஹாரம் இருக்கு மைதிலி."

அதனாலேதான் மரபைச் சேராத என்னைப்போல ஒரு நாடோடியோடு உன்னால் இருக்க முடியாமப் போச்சு.

நான் மீண்டும் சிரித்தேன். "என்ன பிதற்றல் இது!" என்றேன் லேசான கண்டிப்போடு. "என்னை மறுபடியும் பழைய விவாதங்களில் இழுக்காதே, எனக்கு நேரமாச்சு, நான் கிளம்பணும்."

நான் எழுந்தேன், "உனக்குப் புதிய சினேகிதி இருக்கிறாளா என்று கேட்கவில்லை. கேட்பது கேவலம் என்று நினைத்தேன்."

அவன் மீண்டும் தயக்கத்துடன், ஆனால் பெருந்தன்மையுடன் சொல்வது போலச் சொன்னான், "ஒரு சினேகிதனைப் போலச் சொல்கிறேன். உன் பாஷை பேசுகிறவனாத் தேர்ந்தெடு."

"உன் யோசனைக்கு தாங்க்ஸ்!" மிடுக்குடன் நடந்தவள் ஞாபகம் வந்தவளாகத் திரும்பி, "லஞ்சுக்குத் தாங்க்ஸ் சதீஷ்!" என்றேன் புன்னகையுடன் அவர் ஏர் இந்தியா மகாராஜாவைப் போல கையை மடித்துத் தலையைக் குனிந்து மிக்க வினயத்துடன் சொன்னான்.

"இட் வாஸ் மை ப்ளெஷர்!"

பத்து வருஷங்களுக்கு முன் அவனது இந்தச் சைகை எனக்கு கிளுகிளுப்பு ஊட்டியிருக்கும், ஊட்டியது. இப்பொழுது

'தி ரோக்!' என்று அடிக்குரலில் முணுமுணுக்கத் தோன்றிற்று. போக்கிரி, கவர்ச்சியான சாகரம் மிகுந்த போக்கிரி. உலக இதிகாசத்து புத்திசாலிப் பெண்கள் எல்லாம் பல்டி அடித்திருப்பது இப்படிப்பட்ட போக்கிரிகளால். நான் சரித்திரம் படித்தவள். அவர்களைவிட புத்திசாலி, அதோடு ஒருமுறை கையைச் சுட்டுக் கொண்டவள்.

ரொம்ப விவேகத்துடன் நான் இதைப் பறைசாற்றிக் கொண்டபோது ரோஸ்லிண்ட் என்னை சந்தேகத்துடன் பார்த்தாள்.

"அவன் கூப்பிட்டவுடன் உன்னால் எப்படிப் போக முடிந்தது!"

"போனால் என்ன தப்பு?" என்றேன் சவால் விடுவதுபோல. "அவனோடு நான் ஒரு காலத்தில் உணர்வு ரீதியாக, உடல் ரீதியாக நெருக்கமா இருந்தவள் ரோஸ்லிண்ட். காவியக் கதாநாயகிகள் போல் காதல் வசப்பட்டிருந்தவள்."

ரோஸ்லிண்ட் சிறிதுநேரம் பேசாமல் இருந்தாள். பிறகு, புன்னகைக்காமல் சொன்னாள்,

"நீ ரொம்ப வினோதமானவள் மைதிலி! அந்த உறவில் இது மட்டும்தான் ஞாபகமிருக்கிறதா உனக்கு?"

"மற்றதையெல்லாம் நான் மறக்க விரும்புகிறேன்" என்றேன் தலையைக் குனிந்துக்கொண்டு.

"மன்னிக்கலாம். ஏன் என்றால் சட்டம் தண்டித்துவிட்டது. ஆனால், நீ மறக்கக் கூடாது."

நான் சட்டென்று நிமிர்ந்தேன். அவள் என்னைப் பார்த்த பார்வையில், பச்சாதாபமோ, பரிவோ தெரிந்தது. "பட்ட அவமானங்களை மறக்கக் கூடாது மைதிலி. மறந்தியானால், அவன் திரும்பத் திரும்ப அவமானப்படுத்தத் துணிவான். உன் பாட்டி காலத்துக்கும் உனக்கும் பிறகு என்ன வித்தியாசம்? பரிமாணங்கள்லேதான் வித்தியாசம்!"

“இல்லே, என் பாட்டி செய்ய முடியாததை நான் செஞ்சிருக்கேன், சதீஷுக்கு என்னை இப்ப அவமானப்படுத்தக்கூட அதிகாரம் கிடையாது. நான் எச்சரிக்கையா இருப்பேன் ரோஸ்லிண்ட்!”

நான் சிரித்தபடியே தொடர்ந்தேன், “சதீஷ் எனக்கு உபதேசம் பண்ணியிருக்கான், ஒரு தமிழனை சினேகிதம் செய்துக்கச் சொல்றான்.”

“அது ஒரு நல்ல யோசனைதான்” என்றாள் ரோஸ்லிண்ட். “ஆனால், உன்னைப் போல ஒரு முகமிழந்த தமிழனைப் பிடி.”

ரோஸ்லிண்ட் அதை விளையாட்டுக்காகத்தான் சொல்லியிருக்க வேண்டும். சதீஷின் பேச்சின் உள் தாத்பர்யத்தையெல்லாம் என்னைவிட சூட்சுமமாகப் புரிந்து கொள்பவள் அவள். “அவன் ஆபத்தானவன்” என்று அவள்தான் என்னை முதலில் எச்சரித்தாள். இந்தியப் பெண்களின் பொறுமை எனக்குச் சலிப்பூட்டுகிறது என்று கோபித்திருக்கிறாள். தில்லியில் இத்தனை வருஷங்களாக வாழ்ந்து வந்தும் என்னுடைய ஆத்மார்த்த சினேகிதி என்று சொல்வற்கு ஒரு வெள்ளைக்காரப் பெண்தான் இருக்கிறாள் என்பது விந்தையான விஷயம்.

சதீஷ், தில்லிக்கு வந்திருக்கும் விஷயத்தை அவளிடம் சொல்ல வேண்டும் என்று தோன்றிற்று. அவளுடைய அறை எண்ணைச் சுழற்றினேன். லைன் வேலை செய்யவில்லை. நான் பொறுமையில்லாமல் எழுந்து அவள் அறையை நோக்கி நடந்தேன். சாத்தியிருந்த கதவை நான் திறக்க முயன்ற போது, அங்கு வந்த ஸேல்ஸ் செக்ஷன் மிஸ்ரா, “ரோஸ்லிண்ட் இன்றைக்கு வரவில்லையே?” என்றார்.

“வரவில்லையா?” என்றேன் கலவரத்துடன். ‘ஏன்?’

“உடம்பு முடியாமல் போயிருக்கும் பாவம், வேறு என்ன?” என்றார் மிஸ்ரா சாதாரணமாக.

அடிவயிறு ஜில்லிட்டுப் போயிற்று எனக்கு. நான் அவசரமாக என் அறைக்குத் திரும்பிச் சென்று ரோஸ்லிண்டின் வீட்டிற்குப்

போன் செய்தேன். மணி அடித்துக் கொண்டேயிருந்தது. என்னவோ ஏதோ என்று எனக்குப் பதறிப் போயிற்று. எந்த ஆஸ்பத்திரிக்கு போன் செய்வது என்று நான் தவிக்கும்போது அறைக் கதவு லேசாகத் தட்டப்பட்டது. ரோஸ்லிண்ட் வந்து விட்டாள் என்கிற குபீர் உற்சாகத்துடன் "கம் இன்" என்றேன் பலக்க.

உள்ளே நுழைந்தது ரோஸ்லிண்ட் இல்லை. "ஹாய் மைதிலி. என்னை நினைவிருக்கா?" என்று தமிழில் பேசிய அந்த இளைஞனை நான் குழப்பத்துடன் பார்த்தேன். நெற்றியில் சந்தனமோ கோபியோ பளிச் சென்றிருந்தது. பாண்ட், ஷர்ட், டையில் நெற்றியில் இருந்த அந்தச் சின்னம் விசித்திரமாக இருந்தது. ஆனால், இந்த முகம் எனக்குப் பரிச்சயமானது.

"என்னைத் தெரியல்லே? நாராயணன்! உன்னோடு மாடர்ன் ஸ்கூல்லே படிச்சவன்."

நான் அதிர்ந்துப்போய் பிறகு சிரித்து கையை நீட்டினேன்.

"ஓ மைகாட், நாணா, நீயா? என்ன இது சந்தனப் பொட்டெல்லாம்? எனக்கு அடையாளமே தெரியல்லே!"

அவன் என் கையைக் குலுக்கியபடி புன்னகையுடன் சொன்னான்,

"நான் அதைத் தேடிண்டிருக்கேன் மைதிலி."

நாணாவின் பேச்சும் பாவனைகளுமே மாறிப் போயிருந்தன. ஆள் மாறிப் போனதுபோல... எனக்குத் தெரிந்த நாணா இல்லை இது. பள்ளி நாள்களில், ஆங்கிலமே பேசும் பெரிய மனித வட்டாரத்தில்தான் இவன் இருப்பான். இவன் வாயிலிருந்து தமிழ் வந்து நான் பார்த்ததில்லை. இவன் தமிழன் என்றுகூட எதேச்சையாகத்தான் எனக்கும் தெரிய வந்தது. கேரளத்தைச் சேர்ந்தவனாக இருக்கலாம் என்று நான் நினைத்திருந்தேன்.

எங்கள் வகுப்பில் ரேணு பட்டாச்சாரியா என்று ஒரு வங்காளப் பெண் இருந்தாள். சாப்பாடு நேரத்தில் அடுத்த செக்ஷனில் இருந்த இன்னொரு வங்காளப் பெண்ணிடம் தோழமை கொண்டாடிப்

போய்விடுவாள், மீன் கறியையும் பாங்ளாவையும் பரிமாறிக் கொள்பவர்கள்.

“நீ ஏன் நாராயணனுடன் தமிழில் பேசுவதில்லை?” என்றாள் ஒருநாள், பரம ரகசியமாக விசாரிப்பவள்போல்.

“ஏன் பேசணும்?” என்றேன் நான் விளங்காமல்.

“அவன் தமிழனா?”

“பின்னே? இதுகூடத் தெரியாதா?” என்று ரேணு சிரித்தாள். “எங்கள் வீட்டுக்கு அடுத்த வீடு. அவர்கள் தமிழர்கள். எனக்குத் தெரியும்.”

“ஒ.கே. இருக்கலாம். அதனால் என்ன? நாங்கள் தமிழில் பேச வேண்டிய அவசியமென்ன?”

அவள் தோளைக் குலுக்கி உதட்டைப் பிதுக்கினாள்.

“உனக்குத் தமிழ் பேச வருமா?” என்றாள் சந்தேகத்துடன்.

“வரும். ஆனால், நாராயணனுக்கு வருமான்னு தெரியாது.”

“பேசினாத்தானே வரும்?” என்றாள் அவள் தீவிரத்துடன். “அவனுடைய அப்பா அம்மாவிடம்கூட வீட்டிலேயே அவன் இங்கிலீஷ்தான் பேசறான்.”

ரேணுவுக்கு எந்த வகையிலோ நானும், நாணாவும் ஏமாற்றத்தை அளித்தோம் என்று எனக்குத் தோன்றிற்று.

“தமிழ் தெரியாத பத்து பேர் இருக்கிற இடத்திலே ஒருத்தனோடு நான் தமிழ்லே எப்படிப் பேசமுடியும் ரேணு?” என்றேன் சமாதானமாக.

“இட் இஸ் ஓகே” என்றாள் கம்பீரமாக. “ஆனா எனக்கு ரொம்ப விசித்திரமாக இருக்கு.”

“நீங்க ரெண்டு பேரும் தனியா சந்திச்சாலும் தமிழில் பேசமாட்டீர்கள் என்று எனக்குத் தெரியும்.”

“அது உண்மையாவே இருக்கலாம். ஸோ?”

“ஒண்ணுமில்லே மைதிலி. எனக்கு அது விசித்திரமா இருக்கு. அவ்வளவுதான்.”

அவளுடைய பார்வை ரொம்பக் குறுகலானது என்று எனக்கு எரிச்சல் ஏற்பட்டது. நாணாவுடன் நான் தமிழ் பேசி இங்கிருக்கும் வட இந்திய மாணவ முகத்தில் என்ன நிரூபிக்க வேண்டும்? நாங்கள் வேற்று மொழிக்காரர்கள் என்பதையா? உங்கள் கூட்டத்தைச் சேர்ந்தவர்கள் இல்லை என்பதையா? அப்படிப்பட்ட எண்ணங்கள் ஏதும் ஏற்பட்டு விடக்கூடாது என்கிற அந்தரங்கக் கவலைதான் வெளியில் தமிழ் பேசாததன் காரணம் என்று இவளிடம் விளக்கினால் அதற்கும் இவள் விசித்திரம் என்பாள். நாங்கள் வேண்டுமென்றே முகத்தை இழந்தவர்கள். அதனால்தான் தனிமையில் சந்திக்கும்போதும் எங்களுக்கென்று அடையாளம் வைத்துக் கொள்வதில்லை.

“விசித்திரமா இருக்கு.”

நான்தான் சொன்னேன் நாணாவைப் பார்த்து.

“எது?” என்றான் நாணா.

“இத்தனை நாள் நான் யார்னு தெரியாம அலைஞ்சதா, இல்லே இப்பத் தேடக் கிளம்பியிருக்கேனே அதா?”

நான் வியப்புடன் புருவங்களை உயர்த்தினேன். இவன் “அலைந்தது” எனக்குத் தெரியாது. இவன் எதைத் தேடிக் கொண்டிருக்கிறான் என்று புரியவில்லை.

“எல்லாமேதான்” என்று சிரித்தேன். “நீ தமிழ் பேசறதே எனக்கு ஆச்சர்யமாயிருக்கு. அதோடு 'நான் யார்னு' தேடற, கரே ரமண மகரிஷி மாதிரி.”

“இன்னும் அந்த லெவலுக்குப் போகல்லே” என்றான் அடக்கத்துடன்.

அந்த லெவலில் பாண்ட்டும், ஷர்ட்டும் போய்விடும் என்கிற கற்பனையில் எனக்குச் சிரிப்பு வந்தது.

"எதையோ தேடக் கிளம்பியிருக்கேன்னு சொன்னியே!"

"ஆ, ஆமாம். தேடறேன்னு கூட சொல்ல மாட்டேன். ஏன்னா அது வெளியிலே எங்கேயும் இல்லே. எனக்குள்தான் இருக்கு. அதை இப்பத்தான் உணர ஆரம்பிச்சிருக்கேன்."

வேலை நிறைய இருந்தது. அலுவலக நேரத்தில் வெட்டிப் பேச்சு பேசவா வந்தான் என்கிற சோர்வுடன். இதிலிருந்து எப்படித் தப்பிப்பது என்கிற யோசனையுடன், ரோஸ்லிண்ட் இன்று வரவில்லை என்கிற கேள்வியின் நமைச்சலுடன் அவனுடைய சந்தனப்பொட்டை பார்த்தபடி அமர்ந்திருந்தேன்.

"ஸாரி" என்றான் அவன் திடீர் சுறுசுறுப்புடன், "உன் நேரத்தை நான் வீணாக்கக்கூடாது. உன் ஜெனரல் மானேஜரைப் பார்க்க வந்திருந்தேன். நீ இங்கே வேலை பார்க்கறேன்னு தெரியும். உனக்கு என்னை ஞாபகம் இருக்கான்னு சோதிக்கலாம்னு நினைச்சேன்."

"நீ ஞாபகப்படுத்தலேன்னா நினைவு வந்திருக்காது."

"நீ மாறவேயில்லே மைதிலி."

"மூளை வளர்ச்சி ஏற்படலேங்கறியா?"

அவன் சிரித்தான்.

"அது ஏற்படாமெ நீ இங்கே இருக்க முடியாது. நீ பேசற விதம் மாறல்லே."

இடையில் வந்த போனைக் கவனித்துவிட்டு நான் அவன் பக்கம் திரும்பியபோது அவன் ஏதோ யோசனையுடன் என்னைப் பார்த்துக் கொண்டிருந்தான்.

"எப்படியிருக்கே மைதிலி?"

"ஐ ஆம் ஃபைன்! நீ எப்படியிருக்கே? கல்யாணம் ஆச்சா?"

"இல்லே, எனக்குக் கல்யாணத்திலே இன்ட்ரெஸ்ட் இல்லே."

“நீ பிரும்மச்சாரியா இருக்கறது நல்லது. கல்யாணம் செய்துண்டு 'நான் யார் என்கிறதை நீயும் என்கூடத் தேடு'ன்னா உன் வைஃப் திண்டாடிப் போவா?”

அவனும் என்னுடன் சேர்ந்து சிரித்தான்.

“நீ மாறல்லே” என்றான் மறுபடி. பிறகு தயக்கத்துடன் ஆங்கிலத்தில் சொன்னான், “உன் திருமண வாழ்க்கை சந்தோஷமா இருக்கல்லேன்னு கேள்விப் படரேன். அதனாலேயே நீ மாறிப் போயிருப்பியோன்னு நினைச்சேன். நல்லவேளை உன் ஹாஸ்ய உணர்வு காணாமப் போயிடல்ல.”

இந்தப் பேச்சை இவன் எடுப்பான் என்று எதிர்பாராததால் லேசாகத் தடுமாறி பிறகு சமாளித்துக் கொண்டு சிரித்தேன்.

“காணாமல் போயிருந்தது திரும்ப வந்துவிட்டது. நான் தேடாமியே! எனக்குள்ளேயேதான் அது இருக்குன்னு நினைக்கறேன்!”

“குட்! என்று புன்னகையுடன் அவன் எழுந்தான். நாம் மறுபடியும் சந்திக்கணும் மைதிலி” என்று தனது விசிட்டிங் கார்டை நீட்டினான். “நானும் சில தென்னிந்திய ஃப்ரெண்ட்ஸும் ஒரு கர்நாடிக் மியூஸிக் சபா நடத்தறோம். ப்ரோக்ராம் நடக்கும்போது கார்ட் அனுப்பறேன். உனக்கு இன்ட்ரெஸ்ட் இருந்தா வாயேன்!”

“ஓ, கண்டிப்பா.”

சங்கீத சபாவினால்தான் சந்தனப் பொட்டு என்று தோன்றிற்று. சிரிப்பு வந்தது. மாடர்ன் ஸ்கூலில் படித்த தில்லி தமிழன் இப்படிக்கூட மாறிப் போவானா என்கிற வியப்பு. அவன் கிளம்பிச் சென்ற பிறகும் சற்றுநேரத்திற்கு வேலையில் மனசு பதியாமல் என்னை ஆழ்த்தியது. அவன் கொடுத்த கார்டிலிருந்து நல்ல வேலையில் இருப்பது தெரிந்தது. பெயருடன் அமெரிக்கப் பல்கலைப் பட்டம் இருந்தது. பள்ளி நாளுக்குப் பிறகு இவர்களுடன் தொடர்பு போய்விட்டது. இவனுக்கு திடீரென்று என் நினைவு வந்தது வேடிக்கை. என்னுடைய சரித்திரத்தை அறிந்து

வைத்திருக்கிறான். நீ மாறிப் போயிருப்பியோன்னு நினைச்சேன் என்றான் கவலையுடன். இவன் மாறிப் போயிருப்பது எனக்குக் கவலை அளிக்கிறது என்றால் இவனுக்குக் கோபம் வரலாம்.

என்னுடைய வாழ்க்கை என்னுடைய அந்தரங்கம் என்று நான் கண்ணை மூடிக்கொள்வதால் அதை மற்றவர்கள் விமர்சிக்காமல் இருக்கமாட்டார்கள் என்கிற உண்மை எதிர்பாராத தருணங்களில் வெளிப்படும்போது நட்ட நடுத்தெருவில் நிர்வாணமாக நிற்பதுபோல் எனக்குக் கூசிப் போகிறது. ஒரு சில விநாடிகளுக்கு என் நிர்வாணத்தை மறைத்துக் கொள்ளப் பல வழிகளைக் கடைப்பிடிக்கிறேன். "இதோ பார்த்துக்கோ திருப்திதானே!" என்பது ஒரு வழி. நிர்வாணமாக வீதியில் குதிரை பவனிக்கு உட்பட்ட கோடோ அந்த வைராக்கியத்தில்தான் இருந்திருப்பாள். கோடோவுக்காகக் காத்திருந்தவர்கள் கூச்சத்துடன் கண்ணை மூடிக்கொண்டிருந்த மாதிரி, வம்பைக் கிண்ட வந்தவர்கள் வாயை மூடிக் கொள்வதைப் பார்க்கையில் எனக்கு அல்ப திருப்தி ஏற்படும். நாணாவுக்கு ஏக சாவகாசம் இருந்ததாகத் தோன்றிற்று. இடம் கொடுத்திருந்தால் என் விவகாரங்களைப் பற்றிக் கருத்துடன் விசாரித்துக் கருணையுடன் என் கண்ணீரைத் துடைக்கச் சித்தமாக இருந்திருப்பான். போனது போகட்டும், இனிமேல் ஆகவேண்டியதைப் பார், உன் வேர்களைத் தேடு. ஆஃப்டர் ஆல் உன் ஸமஸ்காரம் வேறு. அடுத்தது தமிழனா பார்த்துப் பிடி. சுரவரப் பிரியாவையும், பந்துவராளியையும் இனம் கண்டுக்கக் கூடியவனா, சாம்பாருக்கும் பிட்லைக்கும் வித்தியாசம் தெரிஞ்சவனா.

நல்ல வேளையாக டெலிப்போன் ஒலித்தது. "ஹல்லோ" என்னும்போது மனசு லேசாகி அதரங்களில் புன்னகை அரும்பியிருந்தது.

"ஹல்லோ!" என்றான் சதீஷ் மறுமுனையில். "இஸ் தட் மைதிலி?"

என் மார்பு படபடப்பதை நான் நீண்ட சுவாசம் இழுத்து சமாளிக்க முயன்றேன்.

"எப்ப வந்தே சதீஷ்?"

“ஏன் குரல் சோர்ந்து இருக்கு? உடம்பு சரியில்லையோ?”

“உடம்புக்கு ஒண்ணும் இல்லே. ஒரு மீட்டிங்குக்கு நடுவிலே இருக்கேன்.”

“ஓ.கே நான் மறுபடி போன் செய்யறேன். இன்னிக்கு சாயங்காலம் நீ ஃப்ரீயா?”

“இல்லே.”

“நான் மறுபடி போன் செய்யறேன்” என்று மீண்டும் சொல்லிவிட்டு அவன் கீழே வைத்தபோது, இவன் ஏன் விவாகரத்துக்குப் பின்னும் தொந்தரவு செய்கிறான் என்று எனக்கு எரிச்சல் ஏற்பட்டது. ‘நாம் சினேகிதர்களா இருக்கக் கூடாதா?’

“அவனை நம்பாதே மைதிலி. அவன் ஆபத்தானவன்.”

ரோஸ்லிண்டின் நினைவு என்னைச் சட்டென்று உலுக்கிற்று. பாக்கி எல்லா நினைவுகளும் சரசரவென்று பின்னுக்கு நகர்ந்து பீதியும், கலவரமுமாக மீண்டும் அவளது வீட்டிற்கு டெலிபோன் செய்தேன்.

போன் எடுக்கப்பட்டு ரோஸ்லிண்டின் குரல் ஒலித்தது.

“ஓ மை காட் ரோஸ்லிண்ட்” என்றேன் நிம்மதியுடன். “ஏன் ஆபீசுக்கு வரல்லே? காலையிலே எங்கே போயிருந்தே? பயந்து செத்துப்போனேன்!”

“என்ன ஆகிவிட்டது உனக்கு?” என்று ரோஸ்லிண்ட் சிரித்தாள். “இன்றைக்கு புதன்கிழமைன்னு மறந்துபோச்சா? நா ஆஸ்பத்திரிக்குப் போகிற நாள் இல்லையா?”

“ஓ, ஆமாம்” என்றேன் பலவீனமாக.

“மறந்து போனேன் ரொம்பக் கவலையாகப் போய்விட்டது.”

“இன்னும் ஆறு மாசத்துக்குக் கவலையில்லைன்னு சொன்னேனே?” அவள் இயல்பாக லேசாகச் சொன்னாள்.

“செட் பண்ணி வெச்ச கடிகாரம் இது மைதிலி. பாட்டரி டவுன்னா உனக்குத்தான் முதல்லே செய்திவரும்.” அவள் சிரித்துக்கொண்டே பேசுவது தெரிந்தது.

“டவுனாறதுக்கு முந்தி தகவல் வரணும்” என்றேன், நான் சங்கடத்தை மறைத்துக்கொண்டு. இன்னிக்கு ஆபிசுக்கு வருவியா?”

“மாட்டேன், ஆஸ்பத்திரியிலே ரொம்ப நேரமாகிவிட்டது. கொஞ்சம் ரெஸ்ட் எடுக்கணும். சாயங்காலம் ரவீந்திர பவன்லே இன்றைக்கு ஒரு கிராமியக் கலைவிழா ஆரம்பிக்கிறது. வந்தியானா போகலாம்.”

“வரேன்” என்றேன் உடனடியாக, “என் மனசைத் திருப்ப ஏதாவது வேணும் இன்னிக்கு.”

“என்ன விஷயம்? சதீஷ் வந்திருக்கானா?”

“ஆமாம். போன் செய்தான். அவன் மறுபடி என்னைப் பிடிக்கறதுக்குள்ளே நான் எங்கேயாவது கம்பி நீட்டணும்.”

“மைதிலி, நீ ஒரு முட்டாள்.”

“எனக்கு அது தெரியும்.”

மேடையில் நின்றிருந்த அந்தப் பெண்ணுக்கு பன்னிரண்டுதான் என்று நம்ப முடியவில்லை. கையில் இருந்த நிகழ்ச்சி நிரலின் விவரக் குறிப்பு அப்படித்தான் தெரிவித்தது. ஆக்ருதி பெரிசில்லைதான், ஒல்லியான சின்ன உருவம், எளிமையான நூல் சேலையை அணிந்திருந்த லாவகமும் வெள்ளி ஒட்டியாணமும் காலில் தண்டையுமாக அவள் மேடையில் முன்னும் பின்னுமாக நடந்த ஒய்யாரமும் அசத்திற்று. வாளைக் கையில் ஏந்திய வீரனைப்போல் ஒரு விசித்திரமான சுருதிபோடும் கருவியைக் கையில் பிடித்தபடி அவள் குரலை, பாத்திரத்துக்குத் தகுந்தபடி உயர்த்தி, தாழ்த்தி, குழைத்துப் பாடினாள். பிஹாரின் எந்த உள்பகுதி கிராமத்து வழக்கவோ அவள் பாடிய பாட்டின் பாஷை அந்த படித்த நாகரிகக் கும்பலில் எத்தனை பேருக்குத்

தெரிந்திருக்கும் என்று தெரியாது. ஆனால் எல்லாருக்கும் எல்லாம் புரிந்து கட்டுண்டு மெய்மறந்து உட்கார்ந்திருந்தோம். என் அருகால் அமர்ந்திருந்த ரோஸ்லிண்ட் உள்பட. அந்தப் பன்னிரண்டு வயது உருவத்திலிருந்து துரியோதனன் வெளிப்பட்டான். ஆணவத்தோடு தோள் தட்டி ஆர்ப்பரித்தாள். கொண்டு வா அந்தத் தாசியை என்றான். சிறகை ஒடித்து கஷ்டத்தில் மறைத்துக்கொண்ட அவலத்துடன் பாண்டவர்கள் தலையைக் குனிந்து அமர்ந்தார்கள், சிறுமி மறுவிநாடி துச்சாதனனாய் மாறினாள். அரங்கம் பதக்க, பாஞ்சாலி முடியைப் பற்றி இழுத்தாள்.

அரங்கம் கப்சிப்பென்று மூச்சை அடக்கிக்கொண்டு அமர்ந்தது பின்னணி இசை நின்றது. 'ஆஹா ஆஹா' என்று பின்னால் குரல் கொடுத்துக் கொண்டிருந்த ஆண்கள் அடங்கிப் போனார்கள். அந்தச் சிறுமியின் அடுத்த ரூபத்தை எதிர் நோக்கி.

பாஞ்சாலி வருகிறாள். விக்கித்து, அதிர்ந்து, துயரத்தின் எல்லையைக் கடந்து, செத்துப்போனவர்களைப் போல ஒடுங்கிப்போன கணவன்மார்களைப் பார்க்கிறாள்.

சட்டென்று நான் நிமிர்ந்து உட்கார்ந்தேன். சிறுமியின் முகத்தில் தோன்றியது அதிர்ச்சி மட்டும் இல்லை. இளக்காரம் 'சீ பேடிகளா' என்கிற வெறுப்பு. ரோசமுள்ளவர்களாக இருந்தால் அந்தப் பார்வையிலேயே பாண்டவர்கள் சாக வேண்டும், என்னை நானே காப்பாற்றிக் கொள்வேன் என்கிற வீம்பு தெரிகிறது. சிறுமியின் கண்களில், எனக்குச் சிலிர்த்துப் போயிற்று. துச்சாதனன் சேலையை இழுக்கிறான். டி.வி. பாஞ்சாலிபோல் இவள் கண்ணீர் விடவில்லை. 'இழு' என்கிறாள் கம்பீரத்துடன். "உனக்குதாண்டா அவமானம், எனக்கு இல்லை." கண்ணை மூடிக்கொண்டு 'கிருஷ்ணா கிருஷ்ணா' என்பது வெறும் பாவனை என்று தோன்றுகிறது.

இதுவரை கேட்டறியாததை அரங்கம் பார்த்ததுபோல, அதிர்ந்து உட்கார்ந்திருக்கிறது. அம்மணமான கோடாவைப் பார்க்க வந்த கூட்டம் தலைகுனிந்த மாதிரி சங்கடத்துடன் நெளிகிறது.

நான் ரோஸ்லிண்டைப் பார்த்தேன். மங்கிய இருட்டில் அவள் கண்களில் தளும்பியிருந்த நீர் பளபளத்தது. அதே வரிசையில் முரளியும் மார்க்கரேட்டும் கைகோர்த்தபடி அமர்ந்திருந்ததை அப்பொழுதுதான் பார்த்தேன்.

ஆனால் மனசு முழுவதும் அந்தச் சிறுமி வியாபித்திருந்தாள் இந்தப் பாஞ்சாலியைக் கண்டு அரங்கத்தில் உள்ள பெண்களுக்கெல்லாம் புதிய பலம் வந்துவிட்டதாக என் நெஞ்சு நிமிர்ந்தது. நிகழ்ச்சி முடிந்ததும் பாராட்டுக்கு இரண்டே வார்த்தையில் நன்றி தெரிவிக்க வந்து, 'நான் படிப்பறிவில்லாதவள், கை நாட்டுப்போடத்தான் தெரியும்' என்று கன்னங்குழிய சிரித்தாள். 'ஆனால் பாடப் பிடிக்கும். மகாபாரதக் கதை சொல்லப் பிடிக்கும், அதுக்கு மேல எதுவும் தெரியாது.'

அதுக்கு மேல எதுவும் தெரிய வேண்டாம் என்று நான் நினைத்துக் கொண்டேன். இது ஒரு ஞானக்குழந்தை, வியாசர் காணாத பரிமாணங்களை உணர்ந்த குழந்தைச்சாமி, இது வெறும் ஞானம் இல்லை, பெண்மையின் விழிப்பு பூப்பெய்வதற்கு முன் முப்பெய்திவிட்டதுதான் விந்தை. ஆனால் நிகழ்ச்சி முடிந்ததும் முகமே மாறிப் போயிற்று. குழந்தைத்தனம் தெரிந்தது. மேடையில் இருந்தபோது ஏதோ சாமி புகுந்திருக்க வேண்டும் இவளுள். அல்லது பாஞ்சாலியின் ஆவி. பெண்ணே விழித்துக்கொள். சற்று அசந்தாயானால் இந்த ஆண் சமூகம் சொக்கட்டான் ஆடி உன்னைச் சந்தையில் விற்றுவிடும். உனக்கு நீயே துணை, நீயே சக்தி. உணர்ந்துக்கொள்.

"அற்புதம்!" என்றாள் ரோஸ்லிண்ட் திரும்பத் திரும்ப. எனக்கு எதுவுமே பேசத் தோன்றவில்லை. பேசினால் பிரமிப்பு விலகிவிடும் என்று தோன்றிற்று. பாஞ்சாலி மிகச் சாதாரணமானவளாகப் போய்விடலாம். அந்தப் பாத்திரத்துக்குச் செய்யும் துரோகம் அது என்று நான் நினைத்துக் கொண்டேன்.

"கிளம்பலாம் ரோஸ்லிண்ட். நேரமாகிவிட்டது. அம்மா சாப்பிடாமல் காத்திருப்பாள்" என்று அவள் தோளைப் பிடித்தபடி நடந்தேன். சட்டென்று முரளியின் ஞாபகம் வந்து நின்றேன்.

“இரு, எங்க பில்டிங்குலே இருக்கிற பையனைப் பார்த்தேன், அவனும் என் கூட வரானா என்று கேட்கிறேன்” என்று கண்களால் கூட்டத்தை அளைந்தேன். தொலைவில் முரளியும் மார்க்கரேட்டும் அவசரமாக கேட்டை நோக்கி நடந்து கொண்டிருந்தார்கள். நான் ரோஸ்லிண்டைப் பார்த்துச் சிரித்தேன்.

“நான் சரியான முட்டாள். அவன் தன் காதலியுடன் வந்திருக்கான். அவனுக்கு லிஃப்ட் கொடுக்கலாம்னு நினைச்சேன்.”

“உனக்கு மறதியும் அதிகம்” என்று ரோஸ்லிண்ட் சீண்டினாள்.

இவ்வளவு நேரம் வராமலிருந்த சதீஷின் நினைவு, நுழைவது தெரியாமல் நுழைந்தது. காதலர்களாக இருந்த நாள்களில் சதீஷும் நானும் செல்லாத நாடகங்கள் இல்லை. கலை நிகழ்ச்சிகள் இல்லை. எந்தக் கலைத் துறையானாலும் சதீஷ் நிபுணத்துவத்துடன் அலசி விமர்சிப்பான். அவனுடைய அந்த ஆற்றலில் நான் கிறங்கிப் போயிருக்கிறேன். கலை நிகழ்ச்சியைவிட அவனுடைய விமர்சனத்தை அதிகம் ரசித்திருக்கிறேன்.

பனிபோர்த்திய மாலையில், திறந்தவெளி அரங்குகளில் குளிருக்கு இதம் தேடும் சாக்கில் அவனுடன் உரசிக்கொண்டு அமர்ந்ததும், கையோடு கை பதிந்த கதகதப்பில் ஏழாவது சொர்க்கத்தில் மிதந்ததும் நேற்றுப்போல் இருக்கிறது. அன்று நான் அனுபவித்த சந்தோஷம் சத்தியமானது. அது நிலையாக இருக்கும் என்று நம்பிய தருணத்தில், உலகம் என் காலடியில் இருந்தது. எதுவும், யாரும், மழையும், வெய்யிலும், தொலைவும் எங்களுக்கு லட்சியமில்லை, நிகழ்ச்சி முடிந்ததும் கன்னாட் பிளேஸில் தெருவோரமாக இருக்கும் டாபாக்களில் நின்றபடியே சனாபட்டூரா சாப்பிட்டுவிட்டு பஸ் நிலையத்துக்குச் செல்வோம். சீக்கிரம் பஸ் வராமல் இருக்க வேண்டும் என்று நான் அல்பமாகப் பிரார்த்திப்பேன். அவன் தோளைப் பற்றியபடி நிற்கும் அவகாசத்திற்காக.

என் மனநிலையைப் புரிந்துக்கொண்டு அல்லது அதே மனநிலையுடன், அவன் சிரித்தபடி சொல்வான்.

"பஸ் இப்போதைக்கு வராது போலிருக்கு. வா கொஞ்சதூரம் நடக்கலாம். ஆட்டோ கிடைச்சா ஏரிக்கலாம்."

இதற்கு இருவரும் விஷமத்தனமாகச் சிரிப்போம். லஜ்ஜையற்ற, கவலையற்ற நாள்கள் அவை. ஒரு சின்னச் சிரிப்பு, பார்வை, வார்த்தை போதும். உடம்பு மெழுகாய் உருகும். இடையைச் சுற்றியும் அதரங்களிலும் ஏற்படும் ஸ்பரிசத் தொடர்பில் தேகம் முழுவதும் ஜ்வாலையாய்ப் பற்றிக் கொள்ளும், எத்தனையோ இரவுகள் வீட்டிற்குப் போய்ச்சேரப் பத்து மணி ஆகிவிடும் அப்பாதான் கதவைத் திருப்பார். "ஏம்மா இத்தனை நாழி?" என்று அவர் கேட்பதும்,

"பஸ் கிடைக்கல்லேப்பா" என்று சொல்வதும் நான் கல்யாணம் செய்து கொள்ளும்வரை வழக்கமாக இருந்தது.

ஆனால் சதீஷுடன் வெளியில் செல்கிறேன் என்பதை என்றும் மறைத்ததில்லை. அம்மா உள்ளூர எத்தனை, கவலைப்பட்டிருப்பாளோ என்று இப்பொழுது நினைக்கத் தோன்றுகிறது.

"வேறு ஒருத்தனைக் கல்யாணம் செய்துக்கச் சொன்னா நா அந்தப் பையனுக்கு துரோகம் செய்யற மாதிரின்னு நினைச்சேன்."

இப்படிப்பட்ட தீர்க்கமான, தனிப்பட்ட எண்ணம் அம்மாவுக்கு இருந்தது என்று எனக்குத் தெரியாது. அன்று அவள் சொன்னபோது இவள் வித்தியாசமானவள் என்பதை உணர்த்திற்று. தங்களுக்குப் பிடிக்காத அல்லது மனசு ஏற்காத, "சொந்தக்காரா என்ன சொல்லுவா" என்கிற கவலையும் கொண்ட அம்மாக்கள் எப்படியாவது அந்த சினேகிதத்தைப் பெண்ணோ, பிள்ளையோ மறந்து தங்கள் மனசுக்குத் திருப்தி தரும் இடத்தில் கல்யாணம் செய்துகொண்டால் போதும் என்று தவிப்பதைப் பற்றிக் கேள்விப்பட்டிருக்கிறேன்.

அம்மாவின் தார்மீக மதிப்பீடுகள் அறிவார்த்தமானவை, "நீ என்னைவிட படித்தவள், தோளுக்கு மேல் வளர்ந்தவள்."

அந்த நிமிஷத்தில் எனக்குச் சிலிர்த்துப் போயிற்று. அவள் ஒரு புதிய சாளரத்தைத் திறந்து சின்ன தரிசனம் காட்டினதுபோல நெகிழ்த்து போயிற்று. வெறும் நிழல் இல்லை இது. அதனால்தான் கண்ணீர் வடிக்கவில்லை. அவன் வேண்டாம் என்று மன்றாடவில்லை. “ஒருத்தனை மனசிலே வரிச்சு நெருக்கமாகவும் பழகினப்புறம் என் உபதேசம் உனக்கென்னத்துக்கு” என்று ஒதுங்கியவள். “நீ தேர்ந்தெடுத்த பாதை சரியில்லையா? சமாளி படிச்சிருக்கியே!”

நானும் ரோஸ்லிண்டும் கும்பலிலிருந்து எப்படி வெளிப்பட்டோம், நான் எப்போது காரைக் கிளப்பினேன் என்கிற பிரக்ஞை இல்லாமல் நான் என்னுடைய யோசனைகளில் மூழ்கி இருந்தேன். விட்ட இடத்திலிருந்து தொடர்பவள்போல்.

“நான் இன்னிக்கு ஃப்ரீயா இருப்பேனான்னு சதீஷ் கேட்டான்” என்றேன்.

ரோஸ்லிண்ட் திடுக்கிட்டு என்னைப் பார்த்தாள்.

“ஓ?” என்றாள் எகத்தாளமாக. “இன்றைக்கு அவன் இந்த நிகழ்ச்சியைப் பார்க்க வந்திருக்கணும். கொஞ்சமாவது மனசை உலுக்கியிருக்கும்.”

நான் சிரித்தேன். “பாரத மண்ணிலே மகாபாரதம் எத்தனை யுகங்களாக சொல்லப்பட்டு வருதுன்னு நினைக்கிறே?”

ரோஸ்லிண்ட் கண்ணை மூடிக்கொண்டு ஷீட்டில் தலையைச் சாய்த்தபடி அமர்ந்தாள்.

“நீ சொல்றது உண்மைதான்” என்றாள் மெல்ல. “உன்னையும் என்னையும்தான் உலுக்கும், அந்தப் பெண்கூட, அந்த நிமிஷத்திலே திரௌபதியாக மாறிப் போனாலும் தன் சொந்த வாழ்க்கையிலே எத்தனை தைரியம் அவளுக்கு இருக்கும்னு சொல்ல முடியாது.”

மீண்டும் அந்தப் பெண்ணின் நிமிர்ந்த பார்வையும், செருக்கு நடையும் நினைவுக்கு வந்தது. மேடையைவிட்டுக் கீழே

இறங்கியது. முகம் மாறிப் போனதை நினைக்கும்போது மெல்லிய ஏமாற்றம் படர்ந்தது.

"இன்னிக்கு இல்லேன்னா நாளைக்குப் பார்க்க மாட்டியா சதீஷை?"

"நான் பார்க்கப் போறதில்லை."

"அட! ஏன்?"

"பார்க்க வேண்டாம்னு இருக்கு."

"இந்த உன் முடிவிலே நீ திடமா இருந்தா நான் சந்தோஷப்படுவேன்."

"விவாகரத்துக்குப் பிறகும் அவன் ஏன் என்னைத் தொந்தரவு செய்யறான் ரோஸ்லிண்ட்" என் குரலில் இருந்த பரிதவிப்பு என்னைக் கூச்சப்படுத்திற்று.

"கையிலே காசில்லாம இருக்கும்."

"ஃபைவ் ஸ்டார் ஹோட்டல்லே தங்கறவனுக்கா?"

கம்பெனி செலவிலே வருபவனுக்கு கையிலே காசிருக்கணும்னு அவசியமில்லை. அவனைப்பத்தி உனக்குத் தெரியும். யுதிஷ்டிரன் துரியோதனன்கிட்ட ஏமாந்த மாதிரி நீ ஏமாந்து போனவ."

நான் சிரித்தபடியே சொன்னேன். "அப்புறம் பாஞ்சாலியா மாறினேனே, மறந்து போச்சா?"

"அது சரி" என்றாள் ரோஸ்லிண்ட் சுரத்தில்லாமல். "அந்தப் பெண் மேடையிலிருந்து இரங்கனவுடனே முகம் மாறிப்போன மாதிரி, நீயும் மாறிப் போயிட்டே மைதிலி..."

"யுத்தம் முடிஞ்சு போச்சு ரோஸ்லிண்ட். எத்தனை நாளைக்கு வன்மத்தை மனசிலே வெச்சிருக்க முடியும்?"

ரோஸ்லிண்டை அவள் வீட்டில் இறக்கிவிட்டு கிளம்பியபோது மனசில் வெறுமை சூழ்ந்திருந்தது. "முழுசாக நீ அவனிடமிருந்து கழண்டுக் கொள்ள வேணும்" என்று ரோஸ்லிண்ட் சொல்வது அவளது கலாசாரப் பின்னணியால் என்று தோன்றிற்று. நான்

இந்தியன் என்று அவள் பறைசாற்றிக் கொண்டாலும் அவளுள் மேற்கத்திய ரத்தம் ஓடுகிறது. அவளால் அப்படி கழண்டு கொள்ள முடியும். அவளும் என்னைப்போல் விவாகரத்தானவள். அவளுடைய மாஜி கணவன் வேறு ஒருத்தியுடன் வீட்டிலேயே சல்லாபித்ததைக் கண்டு அந்தக் கணத்தில் காளி சொரூபம் எடுத்து அடித்து விரட்டியவள். அதற்குப்பிறகு அவனைப் பற்றி அவள் பேசி நான் கேட்டதில்லை. இன்று அந்தச் சிறுமி சபையைப் பார்த்து 'அடச்சீ பேடிகளா' என்று இகழ்ந்த மாதிரிதான். இவளும் "ஏ, நீச மனுசனே" என்று புழுவைப்போல் கணவனைப் பார்த்திருப்பாள். அவன் அதில் பஸ்பமாகியிருக்க வேண்டும். அல்லது அதே மேற்கத்திய உதிரம் கொண்ட காரணத்தால் தூசு தட்டுவதுபோல் அதைத் தட்டி வேறு இடத்தைத் தேடிக்கொண்டு போயிருக்க வேண்டும். விவாகரத்துக்குப் பிறகு அவன் விலாசமே தெரியாமல் போனான். இன்றைய அவளது தேகநிலையிலும் ரோஸ்லிண்ட் சுய பச்சாதாபத்தில் உருகவில்லை. தனிமையில் தவிக்கவில்லை.

தில்லி தெருக்கள் ஆள் அரவம் இல்லாமல் மயான அமைதியில் பதுங்கியிருந்தன. ஏழு மணிக்குக் கடை மூடிவிடும் நகரத்தில் ஒன்பது மணிக்கு உயிர் எங்கிருக்கும்? இந்த நிசப்தம், கொலைகாரர்களுக்கும், காதலர்களுக்கும் சௌகர்யமானது. முரளியும், மார்க்கரேட்டும் இப்படிப்பட்ட இருளில் எங்காவது பதுங்கியிருப்பார்கள் என்ற நினைப்பில் எனக்குச் சிரிப்பு வந்தது. விஷயம் தெரிந்தால் ருக்மிணி மாமி எப்படி ஏற்பாள் என்று கூடவே எனக்குக் கவலையேற்பட்டது. 'பாவம்' என்றேன் நான் பலக்க. மாமி பாவம், முரளி பாவம், அவர்களிடையே இருப்பது பெர்லின் சுவர், முரளிக்கு உத்வேகம் இருந்தால் உடைப்பான். மறுபக்கத்தில் இருந்து மாமி கை நீட்டுவாளா என்பது சந்தேகம், மாமிக்குத்தான் பாவம் கடைசியில்.

வீட்டை அடைந்தபோது அப்பா டி.வி-யின் முன் அமர்ந்து அயோத்தியா சர்ச்சையைக் கேட்டுக் கொண்டிருந்தார். என்னைக் கண்டதும் "முட்டாள்கள்" என்றார்.

“உங்களையும் என்னையும் தவிர எல்லோரும் முட்டாள்களப்பா” என்று நான் சிரித்துவிட்டு உள்ளே சென்று உடை மாற்றி சாப்பாடு மேஜையில் அம்மா காஸ்ரோலில் வைத்திருந்த சாப்பாட்டைச் சாப்பிட உட்கார்ந்தேன். ஒன்பது மணிக்கு அம்மா படுக்கப் போய் விடுவாள். டி.வி-யில் பதிந்திருந்த அப்பாவின் கோபம் தெரிந்தது. உணர்ச்சிவசப்பட்டிருந்தார்.

“எல்லாம் அரசியல் செய்ற கூத்து” என்றார் வெறுப்புடன். “எத்தனை விசித்திரம் பார். கூடப் பிறந்தவனே ஆளட்டும், எனக்கு ராஜ்யமே வேண்டாம்னு ராமன் காட்டுக்குப் போனான். இப்ப அவன் பெயரைச் சொல்லி, அண்ணன், தம்பி மாதிரி இருந்த ஜனங்களைப் பிரிச்சு அவனுக்காகச் கோவில் கட்டணுமாம். அடிப்படைத் தத்துவத்தையே புரிஞ்சிக்காத ஜனங்கள். சே!”

‘பாவம், அப்பா’ என்று நான் நினைத்துக்கொண்டேன். அவருடைய வயதுக்காரர்கள் எல்லாரும் ஏமாற்றத்துடன்தான் செத்துப் போவார்கள் என்று என்னுள் கனிவு சுரந்தது. “காந்தியை சுட்டானே, அவன் செஞ்சது ஒரு கைங்கர்யம்மா. உசிரோடு அவர் இருந்திருந்தா தூக்குப் போட்டுண்டு...”

நான் சாப்பாடு மேஜையை சுத்தம் செய்து என் அறைக்குச் சென்றேன். சற்றுநேரம் ஏதோ சஞ்சிகைகளை புரட்டிவிட்டு ஒரு “காம்போஸை” விழுங்கிக் கொண்டிருந்தபோது அப்பா எட்டிப் பார்த்தார்.

“ஏம்மா, இன்னும் தூக்க மாத்திரை போட்டுக்கல்லேன்னா தூக்கம் வரதில்லையா?” என்றவரைப் பார்த்து நான் லேசாகச் சிரித்தேன். அவர் சில விநாடிகள் என்னை விசனத்துடன் பார்த்தார். அதில் நான் உடைந்து போவேன் என்கிற பயத்துடன் பார்வையை தவிர்க்கும் சாக்கில் முகத்தைத் திருப்பிக் கொண்டேன்.

“உனக்குக் கொஞ்சம் மாறுதல் வேணும்மா. ரகு கூப்பிடறானே, கொஞ்சநாள் அமெரிக்காவுக்குப் போயிட்டு வா. இல்லே தமிழ்நாட்டுக் கோவில் எல்லாம் பார்த்துட்டு வா!”

“இரண்டுக்கும் சம்பந்தமே இல்லே.”

“இருக்கு. உன் மனசுக்கு ரெஸ்ட் வேணும். வேற விஷயத்திலே திரும்பணும். நா தியானம் பண்ணுவேன்... அம்மா பூஜை செய்யறா, நீ என்ன செய்வே?”

“என்ன செய்யட்டும்?” என்று நான் மீண்டும் சிரித்தேன். “அமெரிக்கா போனாலும் மதுரைக்குப் போனாலும் மனசும் கூட வருமே.”

“அதைக் கட்டிப் போடு!” என்றார் அப்பா சளைக்காமல், பிறகு தயங்கிக் கொண்டு சொன்னார். “எனக்கு ஒரு யோசனை தோன்றதும்மா” என்றார்.

“இன்னொரு கல்யாணமா?”

“இல்லை, ஒரு குழந்தையை தத்து எடுத்துக்கோயேன் அநாதைக் குழந்தையை?”

குழந்தைகள் வரிசையாக அமர்ந்திருந்தன. நீள நடந்த என்னைப் பெரேடுக்கு வந்தவளைப் பார்ப்பதுபோல் பார்த்தன. பீதியில் அடிவயிறு சுருண்டது எனக்கு. குழந்தைகள் இல்லை இவை, காலத்தின் கணைகள், என்னைப் பார்வையாலேயே தாக்குகின்றன.

நீதான் குற்றவாளி! நீதான் குற்றவாளி! கண்ணைப் பொத்திக்கொள்ள வேண்டும்போல் இருக்கிறது. ஓட்டமெடுக்க வேண்டும்போல் இருக்கிறது. இயலவில்லை. கண்களும் மற்ற உறுப்புகளும் உறைந்து போயிருந்தன.

அவர்களைப் பாராமல் இருக்க முடியவில்லை. மண்டையோடு மாதிரி இருந்த சதைப்பற்றில்லாத முகம், முழுவதையும் விழிகள் வீங்கியிருந்தன. குச்சிக்காலும், கையும், உப்பியவயிறும், தமாசுக்கு செய்யப்பட்ட மரபொம்மையைப் போல.

‘நீ குற்றவாளி, நீதான்!’ என்றன.

நான் சங்கடத்துடன் சிரிக்கிறேன். ஐய்யய்யோ, எப்படி? ஸொமாலியாவுக்கும் எனக்கும் என்ன சம்பந்தம்?

மரக்குச்சிகள் மண்டையோட்டுத் தலையுடன் நிற்பதுபோல எல்லாம் எழுந்தன.

தப்பிக்கப் பார்க்காதே என்றன, நீ பரப்பியிருக்கிற விஷக்காற்றுதான் எங்களை உருக்கியிருக்கிறது. நீ படரவிட்ட வேர்கள்தான் எங்களைப் பெயர்த்திருக்கிறது.

நல்ல வேடிக்கை, எனக்கு வேர்களே கிடையாது. இங்கும் அங்கும் எங்கும், தமிழ்நாட்டிலேகூட நான் பந்தங்கள் அற்ற, வேர்கள் அற்ற தனி மனுஷி. என் வாழ்வு எனக்கு மட்டுமே சொந்தம் என்று நினைக்கும் சுதந்திர ஜீவன்.

போங்கள்! டி.விக்காரர்களுக்கு வேறு எந்த வீடியோச்சுருளும் கிடைக்காததாலே உங்களை அடிக்கடி காண்பிக்கிறார்கள், உண்மையில் யாரும் உங்களைப் பார்ப்பதில்லை. திரையில் உங்கள் பிரேத முகங்கள் தோன்ற ஆரம்பித்ததுமே கண்களை மூடிக் கொள்கிறார்கள். அல்லது டி.வி-யை அணைத்து விடுகிறார்கள் போங்கள்!

எல்லாம் திமுதிமுவென்று என்னை நோக்கி வந்தன. அவர்களது கைகளும் கால்களும் தடிகளாக மாறிப் போயின. சரமாரியாக ஆவேசத்துடன் என்னைத் தாக்கின.

அம்மா!

நான் மிகுந்த பிரயாசையுடன் எழுந்தேன். ஜன்னலை மூடியிருந்த திரைச் சீலை வழியாக வெய்யில் உள்ளே நுழைந்திருந்தது. அவசரமாக எழுந்து பல் விளக்கி பால்கனியில் வைத்திருந்த பூந்தொட்டிகளுக்கெல்லாம் நீர்விட ஆரம்பித்தேன். காலனி அதன் காலைச் சுறுசுறுப்பில் இருந்தது. தூக்க முடியாத சுமைகளை அம்மாக்கள் ஏந்திவர, பள்ளிச் சீருடையில் குழந்தைகள் கேட்டுக்கு வெளியில் ஸ்கூல் பஸ்ஸுக்காக காத்து நின்றன. சில குழந்தைகளின் நெற்றியில் லேசான விபூதிக்

கீற்று தெரிந்தது. சமத்துக் குழந்தைகள் என்கிற எண்ணத்தைத் தோற்றுவித்தன. எனக்குச் சட்டென்று நாணாவின் நினைவு வந்தது. சின்ன வயசில் நிச்சயம் இப்படிப்பட்ட எண்ணத்தை அவள் தோற்றுவித்ததில்லை. எப்படி மாறிப் போனான்? ஏதாவது ஏமாற்றமாக இருக்கலாம். அல்லது தில்லியின் உயர்மட்டத்துக் கலாசார போலித்தனத்தைக் கண்டு ஏமாற்றமடைந்திருக்கலாம். நேர் எதிர் திசையில் ஈர்க்கப்படுவது விஞ்ஞான ரீதியான உண்மை என்றாலும் இது விசித்திரம்தான். சின்ன வயசிலிருந்து ஆசாரக் குடும்பத்தில் பிறந்த முரளி மார்க்கரேட்டுடன் சிநேகமாக இருப்பதுபோல.

ருக்மிணி மாமிக்கு விஷயம் தெரிந்திருக்குமா என்று தெரியவில்லை. அவள் அதை எப்படி எடுத்துக் கொள்வாள் என்கிற கற்பனையே சங்கடத்தைக் கொடுத்தது. கலாசார பந்தங்களும் பிடிமானங்களும் பிடிவாதங்களாக தனித்துவ அடையாளம் காட்டும். சின்னங்களாக மாறிவிடும்போது எப்படிப்பட்ட சுவர்களை எழுப்புகின்றன! சுவர் பிரிவினையின் அடையாளம் மட்டும் இல்லை. தற்காப்பின் அடையாளம். ஒரு வகையில் மனிதனுக்கு சுமைதாங்கி. ஒரு வடிகால். அதில் மனப்பாரங்களை, குழப்பங்களை இறக்குவது சுலபம். சௌகரியமானதும்கூட. தெரிந்த வழி. தெரிந்த தடங்கள்.

நமது சம்ஸ்காரம் என்னும் வெளிச்சம் ஒரு பக்கபலம். வேறு சம்ஸ்காரங்களுக்கு அங்கு இடமில்லையா? அல்லது தேவையில்லையா? அவற்றுள் ஏற்படக்கூடிய முரண்பாடுகளைக் கண்டு அச்சமா? அச்சமிருக்கும் இடத்தில்தான் முரண்பாடுகள் இருக்கும். அச்சமில்லை என்றால் அப்பாவின் பாஷையில் ஞானம் பிறக்கும். இச்சகத்தில் உள்ள எல்லா தர்மங்களையும் ஒன்று என்று தழுவிக் கொள்ளும்.

த்வைதம் இல்லை இது, அத்வைதம்.

உள்ளே சமையலறையிலிருந்து அம்மா 'சர்வ மங்கள மாங்கல்யே' சொல்வதும் மணியோசையும் கேட்டு சுயநினைவு

வந்தது. நாணாவை மிஞ்சிவிட்டேன் என்று எனக்குச் சிரிப்பு வந்தது. நான் யார் என்கிற பயணத்தில் அவன் இருக்கிறான். நான் தெளிந்து விட்டவள். நீயும் நானும் மற்றவரும் ஒன்றே என்று சொல்லும் ஞானம் அடைந்தவள், செடிகளில் இருந்த பழுப்பு இலைகளை நீக்குகையில் நேற்றைய கனவு நினைவுக்கு வந்தது! வரிசையாய் சொமாலியாவின் தெருக்களில் அமர்ந்திருக்கும் பிரேதக் குழந்தைகள். காய்ந்த பார்வைகள், கனவிலேயே பஸ்பமாகிப் போன நான். மீண்டும் எனக்குள் நடுக்கம் ஏற்பட்டது என்ன கனவு இது!

ஃப்ராய்டின் விளக்கத்திற்கும் இதற்கும் ஏதேனும் சம்பந்தம் இருக்குமோ? நான் உச்சரிக்கும் பெண் இனவாதத்துக்கும் என்னுடைய பௌதீக இயல்பிற்கும் அடி மனத்தில் ஏற்படும் போராட்டத்தின் வெளிப்பாடா?

பெண் என்றால் தாய்மை உணர்வு என்பது அடிப்படையானது என்று அப்பாவும் நினைப்பதில் வேடிக்கை இல்லைதான். மறுபடியும் கல்யாணம் செய்துக்கோயேன் என்று அவர் சொல்லவில்லை, 'ஒரு குழந்தையை தத்து எடுத்துக்கோயேன்' என்று சொல்கிறார். விவாகரத்து ஆனவளுக்கு மறுவிவாகம் எதற்கு என்று கேட்கும் அளவுக்கு அவர் பத்தாம்பசலி இல்லை. ஒருவேளை கல்யாணம் செய்துக்கொண்டு ஒருத்தனுக்கு மனைவியாக இருப்பதற்குத் தகுதியில்லாதவள் நான் என்று அவர் நினைத்திருக்கலாம். இனிமேல் என்னுள் காதல் உணர்வு சுரக்காது என்று முடிவு கட்டியிருக்கலாம், ஆனால் தாய்மை உணர்வு சுரக்கக்கூடும். அன்பு சுரக்கும். வாழ்வில் பிடிமானம் ஏற்படும்.

"மைதிலி! காப்பி குடிக்கலியா இன்னும்?" அம்மாவின் பூஜை முடிந்து இருக்க வேண்டும். கற்பூரம் ஏற்றும்போதுகூட அம்மா என் காப்பியைப் பற்றி நினைத்திருந்தால் ஆச்சரியம் இல்லை.

நான் சமையல் அறைக்கு விரைந்து அவள் வைத்திருந்த காப்பி மக்கை எடுத்துக் கொண்டேன். அம்மா யோசனையுடன் என்னைப் பார்த்தாள்.

“இப்பத்தான் எழுந்துண்டியா என்ன?”

“ஆமாம். என்னவோ அசட்டு பிசட்டுன்னு கனா வருது” என்றேன். “டி.வி. நியூஸே பார்க்கக் கூடாது. சாவு, அடிதடி சண்டை, பஞ்சம், வெள்ளம் இதைத் தவிர வேறு நியூஸே இல்லை.”

“நான் சொன்னா உனக்கு நம்பிக்கை இல்லை” என்றாள் அம்மா லேசான தயக்கத்துடன். “படுத்துக்கப் போகும்போது நான் தினமும் என்ன பண்றேன் தெரியுமோ, விஷ்ணு சஹஸ்ர நாமம் சொல்றேன். பாதியிலேயே தூக்கம் வந்துடும்.”

நான் காப்பியை உறிஞ்சியபடியே அம்மாவைப் பார்த்தேன். குளித்து லேசாக உலர்ந்திருந்த நரைத்த தலைமயிர் வெண்பட்டுபோல் மினுமினுத்தது. தந்த நிறச் சாதுகளில் ஜொலித்த வைரத்தோடும், நெற்றியில் குங்குமமும், தீர்க்க நாசியும், மெல்லிய உதடுகளும், இந்த அழகு வெறும் புற அழகு இல்லை. உள்ளிருந்து ஒளிரும் ஏதோ கண்ணுக்குத் தெரியாத பிரகாசம் அது. அகல் விளக்கை மூடிய கைகள் சிவந்து ஒளிர்வதுபோல, நான் லேசாகப் புன்னகைத்து அவள் கன்னத்தை சிநேகிதமாகத் தட்டினேன்.

“நீ என்னைப் பெத்தே பாரு, அந்த நேரம் ரொம்ப வக்ரம். அசுர முகூர்த்தமா இருந்து இருக்கணும், விஷ்ணு சவாஸ்ரநாமத்தாலே எல்லாம் கட்டுப்படுத்த முடியாத புத்தி இது. தூங்கும் போதும் அடங்காது. என்ன செய்யச் சொல்றே.”

“வெறும் ஆபீஸ், வீடுன்னு இருந்தியானா இப்படித்தான் இருக்கும். முன்னே பாட்டு கத்துண்டிருந்தே, அப்புறம் எல்லாம் நின்னு போச்சு. இப்பொ மறுபடியும் ஆரம்பியேன்.”

“பார்க்கலாம். நீ சொல்ற உபாயம் அப்பா சொல்றதைவிடச் சுலபமானது.”

“என்ன சொல்றார் அப்பா?”

“ஒரு குழந்தையை தத்து எடுத்துக்கோன்னார். அனாதைக் குழந்தையை.” அம்மா சட்டென்று மௌனமாள். அவளிடம் அப்பா இதைப்பற்றி ஏதும் சொல்லவில்லை என்று பட்டது.

“அதுவும் நல்ல யோசனைதான்” என்றாள் மெல்ல.

நான் திடீர் கடுமையுடன் சொன்னேன்: “எந்தப் புது பந்தத்தையும் ஏற்கக் கூடிய நிலையிலே நான் இல்லை. எனக்குக் குழந்தை வேணும் என்கிற ஆசையோ ஏக்கமோ கிடையாது. கொஞ்சநாள் என்னை இரண்டு பேரும் சும்மா விடுங்கோ.”

அம்மா எதுவுமே சொல்லவில்லை. மௌனமாகிப் போனாள். அவளிடம் நான் கடுமையாகப் பேசியதற்காக வெட்கமேற்பட்டது. ‘என்னை விடப் படித்தவள், தோளுக்கு மிஞ்சியவள்’ என்று எப்பவும் எனக்கு மரியாதை காட்டி வந்திருப்பவள்.

‘குளிக்கப் போறேன்’ என்றபடி நான் என் அறைக்குச் சென்றேன்.

அப்பா எங்கேயோ வெளியில் போயிருந்ததாகத் தோன்றிற்று.

அம்மாவிடம் நான் இயல்பாக இருக்க முயன்றேன். சாப்பிடும்போது, ‘ருக்மிணி மாமி அப்புறம் வந்தாளா?’ என்று கேட்டேன்.

“வரலை, கொஞ்ச நாளாக்காணோம்.”

“கொஞ்சநாள் கழிச்சு அந்த மாமிக்கும் பாவம் தூக்கத்திற்கு விஷ்ணு சஹஸ்ரநாமம் சொல்ல வேண்டி இருக்கும்.”

வார்த்தைகளைக் கொட்டிய பிறகுதான் அதைச் சொல்லியிருக்க வேண்டியதில்லை என்று தோன்றிற்று.

“என்ன விஷயம்?” என்றாள் அம்மா.

“முரளிக்கும் அந்தக் கிருஸ்துவப் பெண்ணுக்கும் நெருக்கம் இருக்கிற மாதிரிதான் தோணறது. அந்த மாமியைக் கொஞ்சம் தயார் பண்ணு.”

“யாரையும் யாரும் தயார் செய்ய வேண்டியதில்லை” என்றாள் அம்மா.

“மெல்ல மெல்லத் தானாகவே எல்லாம் தெளிஞ்சுப் போகும். சிலருக்கு நாளாகும் அவ்வளவுதான்.”

அம்மா அப்படித் தானாகவே தெளிந்து போயிருக்க வேண்டும் என்று தோன்றிற்று. நான் நினைத்திருந்ததைவிட அம்மா விவேகி. மிக விரைவில் தெளிந்து போனதாக என் நினைவு.

“ருக்மிணி மாமிக்கு சுலபமில்லே. தெளிவு ஏற்படறதுக்குள்ளே உடைஞ்சு போயிடுவ. அவளுடைய நம்பிக்கைகள் அப்படி. அதுதான் சரின்னு பிடிவாதத்தை ஏற்படுத்தற நம்பிக்கை. யாரும் அதுக்குக் குறுக்கே வராம இருக்கிற வரைக்கும் அந்த மாமிக்கு ஒரு குறையும் இல்லே, குறுக்கே வந்தா திகைச்சுப் போயிடுவ. இத்தனை நம்பிக்கையோட இருக்கேனே, எனக்குன்னு இப்படி ஆகணுமான்னு சுய பச்சாதாபம் வந்துடும். அது வந்தா பிள்ளையுடைய கோணத்தைப் புரிஞ்சுக்க முடியாது!”

“அதுக்காக நாம் என்ன செய்ய முடியும்?” என்றாள் அம்மா அலுப்புடன்.

“நீ என்ன செய்யணும்னு நா சொல்ல வரல்லே. சூசகமா பேச்சுவாக்கிலே சொல்லி வைக்கலாம். இந்த மாதிரிச் சூழல்லே எதுவேணா நடக்கலாம்னு, எல்லாமே மத்த வீடுகள்லேதான் நடக்கும். தன் வீட்டிலே நடக்காது என்கிற ஒரு அசட்டு நம்பிக்கையிலே அந்த மாமி இருக்கலாமோல்லியோ?”

அம்மா என்னை வினோதமாகப் பார்த்தாள்.

“மைதிலி! ராத்திரி முழுக்க ருக்மிணியைப் பத்தின யோசனையிலேதான் தூக்கம் வராமப் போச்சா?”

நான் சிரித்தேன்.

“ருக்மிணி மாமிங்கறது ஒரு தனிப் பிரக்ருதியா நா நினைக்கல்லே. அயோத்தியா சர்ச்சைக்கும் அவளுக்கும் சம்பந்தம் இருக்கிறதாத் தோணறது.”

அம்மாவின் கண்கள் அகன்று விரிந்தன.

"அழகுதான்!" என்றாள் இகழ்ச்சியாக.

"ஒண்ணு முட்டாளா இருக்கணும், இல்லே ஞானியா இருக்கணும். ரெண்டுக்கும் நடுவிலே உன்னைப்போல் இருந்தா மனசுக்கு நிம்மதி இருக்காது. வேண்டாத யோசனையிலேயே ஆயுசு முழுக்க கழிஞ்சுப்போகும். நா, சொல்றேன் கேளு. பாட்டு கத்துக்க ஆரம்பி."

காரைக் கிளப்பி கேட்டுக்கு வெளியே செல்லும்வரை அம்மாவின் பேச்சின் நினைவில் அதரங்களில் புன்னகை இருந்தது. பஸ் நிலையத்தை நோக்கி முரளி நடந்துகொண்டிருப்பதைக் கண்டு நான் வண்டியை அவனருகில் சென்று நிறுத்தினேன். அவன் தீவிர யோசனையுடன் ஆகாசத்தைப் பார்த்தபடி நடந்து கொண்டிருந்தான். நான் லேசாக ஹார்ன் அடித்து.

'ஹாய் முரளி' என்றேன்.

"லிஃப்ட் வேணுமா?"

அவன் யோசித்து, "ஓகே, தாங்க்ஸ்" என்று முன்னால் வந்து ஏறி பக்கத்தில் அமர்ந்தான்.

காரைக் கிளப்பி, "நெத்தியிலே என்ன இன்னிக்கு நாமம்?" என்றேன்.

அவன் திடுக்கிட்டு, 'ஓ அது இன்னும் இருக்கா?' என்று கைக்குட்டையால் அதை அழுந்தத் துடைத்துக் கொண்டான்.

"போட்டுண்டப்புறம் ஏன் இப்ப அழிக்கறே?"

"மனசளவிலே நா ஹிந்துவா இருந்தாபோதும், அதை நாம் அடையாளம் போட்டுக் காண்பிக்க வேண்டியதில்லை" என்றான் அவன் ஆவேசத்துடன்.

"இன்னிக்குப் புரட்டாசி சனிக்கிழமையென்று அம்மா கட்டாயப்படுத்தினா."

நான் சற்றுநேரம் மௌனமாக வண்டியைச் செலுத்தினேன்.

"அம்மாகிட்ட சொல்லிட்டியா?" என்றேன் மிருதுவாக.

"எதைப் பத்தி?" என்றான் அவன் ஜாக்கிரதையாக.

"மாகியைப் பத்தி."

"மாகியைப் பத்தி என்ன?"

"கமான்! நா முட்டாள் இல்லே முரளி! மாகிக்கும் உனக்கும் இருக்கிற சினேகிதத்தைப் பத்தி! இல்லே, அது சும்மா பொழுதுபோக்கு சினேகிதம்னு நீ சொன்னியானா அதை உடனே நிறுத்துன்னு நானே சொல்வேன்."

"அப்படிப்பட்டவன் இல்லே மைதிலி நான். மாகியைக் கல்யாணம் செய்துக்கறதா இருக்கேன்."

டிராஃபிக் சிக்னலின் சிவப்பு விளக்கைக் கண்டு நான் வண்டியை நிறுத்தி முரளியின் பக்கம் திரும்பினேன். சிக்னலையே அவன் தீவிரத்துடன் பார்த்துக் கொண்டிருந்தான்.

"வெறும் பொழுதுபோக்கு சினேகிதமா இருக்கலாம்னு நீ நினைச்சியா மைதிலி?"

குரலில் ஆற்றாமை தோனித்தது. என்னை லேசாக உலுக்கிற்று. நான் ஜாக்கிரதையாக வார்த்தைகளைக் கோர்த்தேன்.

"அப்படின்னு இல்லே. உன்னுடைய வீட்டுப் பின்னணி எனக்குத் தெரியும். உங்கம்மாவைப் பத்தி தெரியும், நீயும் எனக்குத் தெரிஞ்சவரை புரட்சிக்காரன் இல்லே. ஆவணியாவிட்டத்துக்கு அப்பாவோட உட்கார்ந்து பூணுல் போட்டுக்கறவன், புரட்டாசி சனிக்கிழமை நாமம் போட்டுக்கோன்னா போட்டுக்கறவன், உன்னை ஒரு கிறிஸ்தவப் பெண்ணோட சம்பந்தப்படுத்திப் பார்க்க முடியலே. இது தில்லியானாலும்."

"நீ கூட ஜாதிமதத்தைப் பத்திப் பேசறது வேடிக்கையாயிருக்கு மைதிலி!"

எனக்குக் கோபம் வந்தது.

"இதப் பார்! ஜாதி மதத்தைப் பத்தி நா பேசல்லே, இருக்கிற விஷயத்தைத்தான் சொன்னேன். எந்தக் கூட்டுக்குள்ளேயும் என்னை நா ஐக்கியப்படுத்திக்க முடியாது. நா ஒரு "த்ருசங்கி" அப்படி ஒரு வார்த்தை இருந்தா நீயும் எனக்கு எதுவும் முக்கியமில்லேன்னு சொல்லலாம். ஆனா உங்க அம்மா, அப்பாவுக்கு முக்கியம்."

"ஸோ வாட்" என்றான் அவன் வீம்புடன்.

"இது என்னுடைய வாழ்க்கை டாமிட்!" பிறகு சற்று இறங்கி, "மாகியை நா முதல்ல பார்த்தபோது, என் பிறப்பு, வளர்ப்பு, சம்ஸ்காரம் எதுவும் எனக்கு ஞாபகம் வரல்லே, இதயங்களுக்கு ஜாதி வித்தியாசம் கிடையாது மைதிலி" என்றான்.

"இருக்குன்னு நா சொல்லலே. உங்கம்மாவும் அப்பாவும் ஒப்புத்துண்டா சரி."

அவன் தலையைக் குனிந்து தன் விரல்களை ஆராய்ந்தான்.

"ஒப்புத்துக்க மாட்டா."

"இன்னும் சொல்லலையா?"

"ஊஹூம்."

அவன் முகத்தைப் பார்க்கப் பாவமாக இருந்தது. பச்சை சிக்னலைக் கண்டு காரை கிளப்பினேன்.

"எத்தனை நாளா உனக்கு அந்தப் பெண்ணைத் தெரியும்?"

"ஆறு மாசமா."

"ஆறு மாசம் என்கிறது அதிக நாள் இல்லே முரளி."

"ஒரு வாரம் போதும், மாகியைத் தெரிஞ்சுக்க" என்றான் அவன் புன்னகையுடன், "ஸ்படிகம் மாதிரி மனசு அவளுக்கு. அப்படி ஒரு பெண்ணை நா பார்த்ததேயில்லை. 'என்னை ஒரு ஐயங்கார் பெண்ணா மாத்தச் சொல்லு, நா சந்தோஷமா என் பழக்கங்களை மாத்திப்பேன்'னு சொல்றா!"

அவன் முகத்தில் பெருமிதம் பளபளத்தது.

“ஜஸ்ட் இமாஜின். எனக்காகத் தன் ஜாதி, சாப்பாடு எல்லாம் மாத்திக்கறேன்னு சொல்றா! மாத்திக்குவா, எனக்கு நம்பிக்கை இருக்கு.”

“அவ மாத்திக்கணும்னு நீ எதிர்பார்க்கிறியா?”

“வெல்” என்று அவன் தயங்கினான்.

“நா கட்டாயப்படுத்தல்லே, அம்மா ரொம்ப ஆசாரம்னு சொன்னேன். நா அதுக்குத் தகுந்த மாதிரி அட்ஜஸ்ட் செய்துப்பேன்னு அவளாச் சொன்னா.”

எனக்குச் சிரிப்பு வந்தது. என்னையே பயமுறுத்தும் மாமியின் ஆசாரத்தைப் பற்றி அந்தப் பெண்ணிற்கு என்ன தெரிந்திருக்கும்? வேலைக்காரி தேய்த்து வைத்த பாத்திரத்தை நீர் தெளித்துக் கவிழ்த்து உள்ளே எடுத்துக் கொள்வதுப்போல மாகியின் மேல் கங்கை ஜலம் தெளித்து மாமியும் மருமகளை அழைத்துக் கொண்டு விடுவாளா? மாகி புதிய பிறவி எடுக்க வேண்டும் என்று எதிர்பார்ப்பது நியாயமில்லை என்று நான் நினைத்துக் கொண்டேன்.

“வீட்டிலே ஒப்புத்துக்கலேன்னா என்ன செய்யப்போறே?”

“எதிர்த்து கல்யாணம் செய்துக்க வேண்டியதுதான். வேற வழியில்லே.”

நான் சட்டென்று முரளியைத் திரும்பிப் பார்த்தேன். அவனும் என்னைப் பார்த்தான். ஆனால் அவன் பார்வை ஊடுருவி வேறு எங்கோ நிலைத்திருந்த மாதிரி இருந்தது. நான் கலவரத்துடன் முகத்தைத் திருப்பிக் கொண்டேன். அவன் கண்கள் அகன்று முகம் முழுவதையும் அடைத்தாற்போல் பிரமையேற்பட்டது. கனவில் வந்த ஸொமாலியக் குழந்தைகள் மாதிரி இவனும் கத்தலாம்.

“நீதான், குற்றவாளி, நீதான்!” அப்படிப்பட்ட சாட்சியை ஒத்திப் போடலே. அவன் இதுவரை வீட்டில் சொல்லாமலிருக்கிறான் என்று எனக்குப் புரிந்தது.

“நா எல்லாத்துக்கும் தயாராயிருக்கேன் மைதிலி” என்றான் உடைந்துப்போன குரலில்.

“அப்பாவை வழிக்குக் கொண்டு வரலாம். அம்மாவை முடியாது.”

பிறகு லேசாகச் சிரித்தபடி சொன்னான்.

“யுத்தத்துக்கு தயாராயிண்டிருக்கேன். அம்மா ஒரு அஸ்திரத்தை உபயோகிக்கப் போறா. நிச்சயமா, ‘பெரியவா பேச்சைக் கேக்காம மைதிலி செய்துண்டாளே என்ன ஆச்சு?’ன்னு சொல்லப் போறா!”

என் முகம் லேசாகச் சிவந்தது.

“அதை நா தடுக்க முடியாது முரளி!” என்றேன் மெல்லிய புன்னகையுடன்.

“ஜாதிக்குள்ளேயே செய்துக்கற எத்தனையோ கல்யாணம் முறிஞ்சு போறது இப்ப.”

அவன் சற்றுநேரம் மௌனமாக இருந்தான்.

“சதீஷை நேத்துப் பார்த்தேன்” என்றான் மெள்ள.

“எங்கே?” என்றேன் சாதாரணமாக.

“டிரேட் ஃபேர்லே. அவனுடைய கம்பெனி ஸ்டால் வெச்சிருக்கு. அதுக்காக வந்துருக்கலாம்.”

நான் உதட்டைப் பிதுக்கித் தோளைக் குலுக்கினேன்.

“எனக்கும் அவனுக்கும் இப்ப சம்பந்தமில்லே.”

“அது சரி.”

லோடி ரோடு முனை வந்ததும் அவன் இறங்கிக் கொண்டான். அவன் இறங்கிப் போனது எனக்குக் காரணம் புரியாமல் நிம்மதியைத் தந்தது. அவனுடைய பாரத்தையெல்லாம் என்மேல் சற்றுநேரத்திற்கு வைத்திருந்துபோல் தோன்றிற்று.

உண்மையில் அவனுக்கும் எனக்கும் எந்த சம்பந்தமும் உணர்வு ரீதியிலோ நிலையிலோ இல்லை என்று அவனுக்கு

விளங்கவில்லை. நானும் காதல் என்ற உணர்வை அனுபவித்தவன் என்கிற ஒரு பொதுவான ஒற்றுமையை தவிர. என் வீட்டுப் பின்னணியும் படித்து வளர்ந்த சூழலும் வேறு. அறிவு ஜீவி அப்பாவின் காஸ்மாபாலிட்டன் சிந்தனா ஆதிக்கத்தில் சட்டை உரித்த பாம்புகளைப்போல நானும், இரண்டு வயது இளையவனான ரகுவும் சுழன்று வந்தோம். சதீஷை சந்திப்பதற்குள் நான் பல சட்டைகளை உரித்தவள். திராவிட முக லட்சணங்களைக்கூட காலப்போக்கில் ஏதோ ஒரு ரசாயன மாறுதலில் தொலைத்து விட்டிருந்தவள் அவனைக் கல்யாணம் செய்து கொண்டது. என்னுள் எந்த கலாசாரத் தாக்கத்தையோ அதிர்வையோ ஏற்படுத்தவில்லை. முரளிக்கு இல்லாமற் போகுமா என்று சந்தேகம்கூட எனக்கில்லை. தனக்காக மாகி மாறத் தயாராக இருக்கிறாள் என்று அவன் சந்தோஷப்படுவதற்கு அதுதான் காரணம். அவனது வளர்ப்பை அவனால் சுலபமாக மறக்க முடியாது.

“ஐயோ பாவம்” என்றேன் நான் பலக்க. எல்லோருமே பாவம். ருக்மிணி மாமி, மாகி, எல்லோரும்...

நான் ஆபீசுக்குள் நுழைந்ததும் ரிஸப்ஷனிஸ்ட் ரூபா, “உங்களுக்கு ஃபோன் வந்தது” என்றாள்.

“யாரிடமிருந்து?”

“சதீஷ்.”

“மறுபடி வந்தால் நான் சீட்டில் இல்லை என்று சொல்லு.”

“ஓ.கே.”

இந்தச் சின்னப் பெண்ணிடம் என் பலவீனத்தை வெளிப்படுத்தி என் மதிப்பைக் குறைத்துக் கொண்டதுபோல் எனக்குக் கூச்சமேற்பட்டது.

“ரோஸ்லிண்ட் வந்து விட்டாளா?” என்று பேச்சை மாற்றினேன்.

“வந்திருக்கிறாள்” என்று ரூபா புன்னகைத்தாள். அறைக்குச் சென்றதும் ரோஸ்லிண்டுக்கு போன் செய்து, “எப்படியிருக்கிறாய்?” என்றேன்.

'ஐ ஆம் ஃபைன்' என்று அவள் சுருக்கமாய் பேசி முடித்து போனை வைத்தாள். அவள் படு ப்ரொஃபஷனல். வேலை நேரத்தில் அநாவசியமாய் ஒரு வார்த்தை பேசமாட்டாள். அவள் கலாச்சார பாரம்பரியம் அது என்று நினைக்கிறேன். நமது பாரம்பர்யத்திற்குப் ப்ரொஃபஷனலிஸத்தில் இருக்கும் பற்றைவிட சால்ஜாப்புக்கு ஒத்துவரும் விளக்கங்களில் அதிகப் பற்று. அதற்கு நேரம், காலம் என்ற எல்லைகள், கட்டுப்பாடுகள் கிடையாது.

நான் வேலையில் ஆழ்ந்துப்போன சமயத்தில் சதீஷின் போன் வந்தது. நான் சொன்னதை ரூபா மறந்து போனாளே என்று எரிச்சலை அடக்கிக்கொண்டு, "ஹலோ சதீஷ், போன் பண்ணியாமே?" என்றேன்.

"ஆமாம், இன்னிக்கு நாம் அவசியம் சந்திச்சே ஆகாணும்."

"என்ன விஷயம்?"

"என்னுடைய டிசைன் ஒன்றுக்கு முதல் பரிசு கிடைச்சிருக்கு. என் சந்தோஷத்தை உன்னோடு கொண்டாடணும்னு ஆசைப்படுகிறேன்."

அவனுடைய வெற்றியின் செய்திக்கேட்டு சுவபாவிகமாக எனக்கு சந்தோஷம் ஏற்பட்டது.

'குட்! கங்க்ராட்ஸ்!'

"தாங்க்யூ, ஆனா அது போறாது நேரிலே வா, நல்ல லஞ்ச் தர்றேன்."

"வேலை எக்கச்சக்கம் இருக்கு."

"லஞ்ச் டைம்லே வெள்ளைக்கார பாஸ் வேலை வாங்கறான்னு சொல்லாதே. சரியா இரண்டு மணிக்கு நீ கிளம்பிடலாம். எனக்காக வா, வரல்லேன்னா எனக்கு ஏமாற்றமா இருக்கும்."

"முயற்சி செய்யறேன். உறுதியாச் சொல்ல முடியாது."

"வேற யாரோடவாவது அப்பாயின்ட்மென்ட் இருக்கா?" என்றான் மெல்ல.

ஆமாம் என்று சொல்லியிருக்கலாம். பொய் சொல்லிப் பழக்கமில்லாததால், "இல்லை" என்றேன்.

"அப்படின்னா நீ வரலாம். உன்னை எதிர்பார்ப்பேன் மௌரியா ஷெரிடன் ரிஸப்ஷனில்!"

அவன் மேற்கொண்டு எனக்குப் பேச அவகாசம் அளிக்காமல் போனைக் கீழே வைத்தான். எனக்காகத் தீர்மானிக்கும் அதிகாரத்தை அவன் எப்படி எடுத்துக் கொள்கிறான் என்று எனக்கு எரிச்சல் ஏற்பட்டது. காலைச் சுற்றின பாம்பு போல இவன் ஏன், தில்லிக்கு வரும்போதெல்லாம் தொடர்பு கொள்கிறான்?

"நாம் சினேகிதர்களா இருக்கக் கூடாதா?"

எப்படி? சினேகிதத்துக்கே வழியில்லை என்றதால்தானே முறிவு ஏற்பட்டது? எதற்கு இந்தப் பாசாங்கு? இதனால் இவன் எதை சாதிக்க விரும்புகிறான்? அப்பா சொன்ன மாதிரி இரண்டு மாதம் லீவு எடுத்துக்கொண்டு அமெரிக்காவுக்குப் போய் ரகுவிடம் இருந்துவிட்டு வந்தால் கொஞ்ச நாட்களுக்கு நிம்மதியாக இருக்கலாம் என்று நான் பலவீனத்துடன் நினைத்துக் கொண்டேன். அல்லது தென்னாட்டுக் கிராமங்கள். கோயில்கள்.

சதீஷ் போன் செய்ததையும் அவனைப் பார்க்கப் போகிறேன் என்பதையும் ரோஸ்லிண்டுக்குச் சொல்லாமல் நான் கிளம்பினேன். என்னைப்போல ஒரு பைத்தியக்காரி இருக்க முடியாது என்று என்னையே சபித்தபடி.

அவன் வாசலிலேயே எனக்காகக் காத்திருந்தான். காதலியை எதிர் நோக்குபவனைப்போல கவர்ச்சியான உடையில், கவர்ச்சியாகப் புன்னகைத்தபடி. இவன் ஒரு போலி என்று எனக்குள் திரும்பத் திரும்பச் சொல்லிக் கொண்டேன். என்னை இவன் எதுவும் செய்ய முடியாது. இவன் இன்று ஒரு வெளியாள். அவனை நான் சந்திக்க வந்திருப்பதும் அந்த உறவு முறையில்தான்.

நான் அருகில் சென்றதும் புன்னகையுடன் தலையைச் சாய்த்து "ஹலோ" என்றான். நான் கையை நீட்டினேன்.

“கங்கராட்ஸ் சதீஷ்!”

அவன் தன் இரண்டு உஷ்ணமான கைகளினாலும் என் கையைப் பற்றிக் குலுக்கினான்.

“தாங்க்யூ. எனக்குத் தெரியும் நீ உண்மையா சந்தோஷப்படுவேன்னு.”

பெருமையும் பட்ட காலம் உண்டு. இவனுடைய புத்திசாலித்தனத்தைக் கண்டு பூரித்துப்போன நாட்கள் உண்டு. அதுவே அவனைச் சுற்றி ஒரு மாயப் போர்வையை விரித்து, அவனை என்னிடமிருந்து வெகுதூரம் விலக்கி வைத்ததை இவனிடம் நான் ஞாபகப்படுத்த முடியாது. அவனது பெருமைகளில் அவன் மூழ்கிப் போனான். அதனுடன் மனிதநேயத்தையும் புதைத்தான் என்று நான் இப்பொழுது நினைவுபடுத்த முடியாது.

“நீ சந்தோஷப்படுவேன்னு தெரியும்.”

அவனுக்கு அது பழக்கம். நான் சந்தோஷப்பட்டு, அதிலேயே புதையுண்டு, மிதிபட்டு, தூசாகி துகிலுரியப்பட்டு பிறகுதான் பாஞ்சாலியின் சொரூபம் எடுக்க வேண்டியிருந்தது. சாப்பிடும்போது அவன் பேச்சையெல்லாம் நான் அதிக கவனமில்லாமல் கேட்டேன். அவன் அதை உணராமல் இருந்திருக்க மாட்டான். ஐஸ்கிரீம் சாப்பிட்டு அவன் பில்லில் கையெழுத்துப் போட்டதும் நான் கிளம்பும் ஆயத்தங்களில் இருந்தேன்.

“என்னுடைய பரிசை உனக்குக் காண்பிக்கிறேன். நீ பார்க்க வேண்டாமா?” என்றான் அவன் லேசாக.

“எங்கே அது?”

“ரூமிலேதான் வெச்சிருப்பேன், முட்டாளே வேறு எங்கே?”

“ரூமுக்கு வரமுடியாது சதீஷ். நேரமில்லே” என்றேன் அவசரமாக.

“லிஃப்டிலே ஏறினா, நாலு செகண்டிலே போகலாம். பார்த்துவிட்டு உடனே கிளம்பு.”

வேறு வழியில்லாமல் அவனைத் தொடர்ந்தேன். பிகு செய்துக்கொள்ள வேண்டிய அவசியம்தான் என்ன என்கிற கேள்வியுடன். இன்றோ நாளையோ இவன் கல்கத்தா கிளம்பிப் போவான். ஒரு வெளி ஆளைப்போல். அறையில் மூன்று நான்கு பூங்கொத்துகள் இருந்தன. அவனுக்கு வந்த 'பொக்கே'யாக இருக்கவேண்டும். பரிசு கிடைத்ததற்கு நான் ஏதும் கொண்டு வராததைச் சுட்டிக் காட்டுவதுபோல் இருந்தது.

அறைக் கதவை அவன் சாத்தியதும் திடீரென்று என்னுள் ஒரு சங்கடம் ஏற்பட்டது. அடி வயிறு ஜில்லிட்டுக் கால்கள் வலுவிழந்து போயின. மார்பு படபடத்து முகத்தில் ரத்தம் சுண்டுவதை நான் கலவரத்துடன் உணர்ந்தேன்.

“இதோ பார்” என்று அவன் ஒரு வெள்ளிக் கேடயத்தை என் முகத்துக்கு நேராகக் காண்பித்தான். வெள்ளி பளபளத்தது. அவன் முகத்தில் பிரதிபலித்துக் கொடூரமான ஜ்வாலையாக மாறிற்று. அதில் அவனது கண்கள் மனிதத் தன்மையை இழந்து ராட்சஸ ரூபம் எடுத்ததுபோல இருந்தது. என்னையறியாமல் நான் “ஹோ” என்று குரலெழுப்ப எத்தனிக்கையில் அவனுடைய கரங்கள் அசுரத்தனமாக என்னை வளைத்தன.

என்னை ஒரு சர்ப்பம் வளைத்து இறுக்கியதுபோல் இருந்தது. அதன் பிடியிலும் விஷ மூச்சிலும் நான் பஸ்பமாகிப் போவேன் என்கிற பீதி என்னை வியாபித்தது.

“நோ... நோ!” என்றேன் நான் ஆங்காரத்துடன். “நான் இதை அனுமதிக்கமாட்டேன். என்னை நீ 'ரேப்' செய்ய முடியாது.”

சர்ப்பம் அலட்சியமாக ஆணவத்துடன் நகைத்தது.

“நீ அனுமதிப்பே. 'ரேப்' இல்லே இது. உனக்கு சந்தோஷத்தைக் கொடுக்கும் அனுபவம்.”

துச்சாதனனும், துரியோதனனும், அவர்களுடைய சகாக்களும் மொத்தமாக நின்றார்கள், எங்களுடையது இரும்புப் பிடி. உன்னை அடக்கி ஆள்வது எங்களின் பிறப்புரிமை.

பகபகவென்று ஒரு ஜுவாலை பற்றியது.

"என்னை விடப்போறியா, இல்லையா?" என்ற என் வார்த்தைகள், அவனது அதரங்கள் என் அதரங்களைக் கவ்வியதில் புதையுண்டு போயி, அவனது இரும்புப் பிடிக்குள் என்னுடைய விலா எழும்புகள் முறிந்துப் போய்விடும்போல் வலித்தன. வலுவிழந்தன. நான் அதலப் பாதாளத்துக்குள் மூழ்கிப் போனதுபோல் மூளைச் செயலிழந்தது. இருப்புப்பிடி மெல்லத் தளர்ந்து உஷ்ணமான கைகள் என் உடலைத் தடவின. புண்ணுக்கு மருந்து தடவும் இதத்துடன், அவனது அதரங்கள் எனது வீம்பைச் சாப்பிட்டு விட்டாற்போல் நான் வெறுமையாக நின்றேன். வெறுமைக்குள் வெம்மை படர்வதை உணர்ந்தேன். காதல் செய்வதில் அவன் நிபுணன் என்பது எனக்கு மறந்திருந்தது. அந்த நிபுணத்துவத்தினாலேயே என்னை ஒவ்வொரு முறையும் வீழ்த்தியிருக்கிறான் என்பது மறந்துவிட்டது. அவனுடைய ஸ்பர்சம் எனது சப்த நாடிகளை மீட்டி விட்டதுபோல் சிலிர்த்தது.

மனசு கசிந்து உருகிற்று. இவனைக் காதலித்த நாள்களுக்கு இட்டுச் சென்றது. சொர்க்கத்தை இவன் என் காலடியில் வைத்ததுபோல நான் நன்றியுடன் 'இந்தா இந்தா எடுத்துக்கொள், நான் கொடுப்பதில் போலியில்லை' என்று உருமாறினேன். நான் என்பது எங்கோ விலகிச் சென்று அருவமாகிப் போயிற்று. எனக்கு வசப்படாத ஏதோ ஒன்று இது. உண்மையில் இது நானில்லை. எனக்கடங்காமல் தன்னிச்சையாகச் செயல்படுவது பூதமா, மிருகமா என்கிற ஆராய்ச்சி அவசியமில்லாதது. இந்தத் தருணத்தை நிஜம் என்பதுதான் முக்கியம். சிற்றின்பம் என்பது அசிங்கமான வார்த்தை. பேரின்பம் இது. நான் என்பதைத் தூசாக்கும் யோகநிலை. என் முகத்துக்கு வெகு அருகில்பட்ட அவனது வேக வேக மூச்சுக் காற்று மெல்ல மெல்ல அடங்கி அவன் சரிந்து பக்கத்தில் படுத்து என்னை அணைத்து, 'தாங்யூ!' என்றான் மெதுவாக "நான் சொல்லலே, உனக்கு சந்தோஷத்தைக் கொடுக்கும் அனுபவம்னு? அதை எப்படி நீ மறுக்க முடியும்?"

'எனக்குத்தான் வெற்றி' என்று அவன் கெக்கலிப்பது எனக்குத் தெரியாமல் இல்லை.

"மறுக்க முடியாது" என்றேன் நான் சோர்வுடன். இந்த உடம்புக்கு வெட்கமில்லை என்கிற அவமானத்தின் உணர்வில் உலகத்து துக்கங்கள் எல்லாம் இப்படிப்பட்ட வீழ்ச்சிகளில்தான் ஜனிக்கின்றன என்று தோன்றிற்று மனசு சட்டென்று சிலிர்த்துக் கொண்டது. அவனுடைய அணைப்பிலிருந்து என்னை விடுவித்துக் கொண்டு எழுந்தேன்.

"என்ன அவசரம்?" என்றான் அவன், ஒரு காதலனைப்போல.

நான் பதில் பேசாமல் கழிவறைக்குச் சென்று தாளிட்டுக் கொண்டேன். வாஷ் பேஸினுக்குமேல் இருந்த கண்ணாடியில் தெரிந்த மிருதுவாகிப் போன முகத்தைப் பார்க்க வெட்கமாக இருந்தது. 'முட்டாள், முட்டாள்' என்று அதைப் பார்த்துச் சபித்தபோது கண்களில் நீர் முட்டியது. எத்தனை சுருக்கில் இந்தச் சரீரம் அவனுடைய பிடியில் தோற்றது என்பது என்னைக் கலவரப்படுத்திற்று. எத்தனை நாட்களாகியிருந்தது இப்படிப்பட்ட அணைப்பில் புகுந்து! மனசுக்கு இருக்கும் ரோசமும், தன்மானமும், உறுதியும் உடலுக்கு வருவதற்கு வெகுகாலமாக வேண்டும். உடலில் யௌவனம் இருக்கும் வரைதான் அதன் தாபங்களுக்கு அது தீனி கேட்கும், வேண்டாம் என்று பூட்டி வைத்தால் பூட்டைத் திறக்க வருபவனிடம் எல்லாம் பல்லை இளித்துக்கொண்டு போகும். அதனால்தான் ஔவையும் காரைக்கால் அம்மையும் மூப்பைக் கொடு என்று வேண்டியிருப்பார்கள்.

'இந்த சரீரத்துக்கும் எனக்கும் சம்பந்தமில்லை' என்று நான் அந்த வெட்கமற்ற முகத்தைப் பார்த்து மெதப்புடன் சொன்னேன். 'நான்' என்பது வேறு. அதற்கு அவமானம் இல்லை. தோல்வி இல்லை.

முகத்தில் குளிர்ந்த நீரை வாரி இறைத்து, ஆக்ரோஷத்துடன் கழுவி, டர்கி டவலால் அழுந்தத் துடைத்து மீண்டும் கண்ணாடியில் பார்த்தபோது சற்றுத் தன்னம்பிக்கை வந்தது:

உடைகளைச் சரிசெய்து கசங்கல்களை நீவிவிட்டு வெளியில் வந்தபோது சதீஷ் உறங்கிக் கொண்டிருந்தான். அவனது உறக்கமே என்னை அவமானப்படுத்துவதாகத் தோன்றிற்று. நான் ஓசைப்படுத்தாமல் என் கைப்பையை எடுத்துக்கொண்டு வெளியில் வந்து கதவை மெல்லச் சாத்தி நடையில் நடந்தபோது இரண்டு அறைகளுக்கப்பால் அரையைச் சுத்தம் செய்துக்கொண்டிருந்த ரூம் பாய் என்னைப் பார்த்த பார்வையில் இளக்காரம் தெரிவதுபோல் இருந்தது.

ஆபீசுக்குத் திரும்புகையில் சதீஷை சுத்தமாக என் நினைவிலிருந்து அகற்ற முயன்றேன். மகாராஜபுரம் சந்தானத்தின் காஸட்டை நுழைத்து ஸ்டீரியோவை முடுக்கி விட்டேன். பிரவாகமாகக் கிளம்பிய பந்துவராளியில் என்னை ஆழ்த்திக் கொண்டேன். அநியாயமாய் இறந்து போனாரே என்று வருத்தப்பட்டேன். "யாரிகே வதுவாகுவே லக்ஷ்மி" என்று பாட்டின் சுகநாதத்தில் லயித்து பிறகு அலுப்புடன் ஸ்டீரியோவை அணைத்தேன்.

சகல சம்பத்துக்கும் அதிபதியான லக்ஷ்மிகூட ஒரு கணவனைச் சார்ந்துதான் இருக்கவேண்டும். 'யாரிகே வதுவாகுவே?' யாருக்கு மணப்பெண்ணாக இருக்கப் போகிறாய்?" புரந்தரதாசருக்கு வேறுவிதமாகச் சிந்திக்க முடியாது. ஆனால் அவரது காலகட்டத்திற்கும், இன்றைய காலகட்டத்திற்கும் ஆண் சிந்தனையில் அதிக மாற்றம் இருப்பதாகத் தெரியவில்லை. "சட்டப்படி, நீ என்னைப் பிரிந்தாலும் நான் உன் புருஷன் என்பதை என்னால் மறுக்க முடியாது" என்கிறான் சதீஷ்.

நான் படுக்கக் கூப்பிடுவது இயல்பானது என்றால் நீ அதற்கு இணங்குவதும் இயல்பானது. அக்னி வலம்வந்து. செய்துக்கொள்ளாத கல்யாணமானாலும், இந்திய மண்ணில் அந்த உறவுக்குக் கொடுக்கப்படும் மகாத்மியம் அலாதியானது என்பதாலேயே சட்டம் என்ன செய்ய முடியும்?

நானும், நான் உதவி நாடிய சட்டமும் சந்தி சிரிப்பதுபோல் எனக்குக் கூச்சமேற்பட்டது. ரோஸ்லிண்டிடம் இன்று நடந்ததைச்

சொன்னால் அவள் நம்பக்கூடமாட்டாள். "காலையில்தானே சொன்னே அவனைப் பார்க்கப் போவதில்லை என்று?" என்பாள்.

"உன் தீர்மானத்தில் திடமாக இருந்தால் நான் சந்தோஷப்படுவேன்."

அவளுக்கு அப்பொழுதே சந்தேகம் தோன்றியிருக்க வேண்டும்.

மைதிலி நீ ஒரு முட்டாள். இதைவிட சத்தியமான வாக்கியம் இருக்க முடியாது.

நான் அறைக்குத் திரும்பியதும் சதீஷிடமிருந்து போன் வந்தது.

"என்ன சொல்லாம கிளம்பிப் போயிட்டே?" என்றான் லேசான அதட்டல் பாணியில்.

"தூங்கறவனை எழுப்பும்படியா சொல்ல என்ன இருந்தது?"

"மரியாதை என்கிறது ஒண்ணு இல்லையா?"

"இருக்கா?"

"என்ன, என்னவோ மாதிரி பேசறே? நான் மரியாதை குறைவா நடந்தேனா?" அவன் குரலில் கோபம் தொனிப்பதை என்னால் உணர முடிந்தது.

"இதப்பார் மைதிலி. எனக்கு இந்த வேஷமெல்லாம் பிடிக்காது. வேண்டாம் முடியாதுன்னு நீ மேலுக்குச் சொன்னாலும் இஷ்டப்பட்டுத்தான் எங்கிட்ட வந்தே. அது மட்டும் இல்லேன்னு நீ சொன்னியானா உன்னைவிட ஃப்ராடு யாரும் இருக்க முடியாது. கடைசியிலே நா ஏதோ தப்பு செஞ்ச மாதிரி நீ இப்போ பேசறதும் சொல்லிக்காம கம்பி நீட்டறதும் ரொம்ப கண்ணியமான நடத்தைன்னா நான் மேலே பேச எதுவுமில்லே."

"சதீஷ், எனக்கு இப்பப் பேச நேரமில்லை. நா ஒரு ஃப்ராடுதான், வேஷதாரிதான். ஓகே?"

நான் டெலிபோனைத் துண்டித்தேன். மறுபடி போன் வந்தால் 'நான் சீட்டில் இல்லை' என்று சொல்லும்படி ரூபாவுக்கு

ஞாபகப்படுத்தினேன். நல்ல வேளையாக ரோஸ்லிண்ட் கூட போன் செய்யவில்லை. யாருடனும் பேசும் மனநிலையில் நான் இருக்கவில்லை.

மீண்டும் வேலையில் ஆழ்ந்து அதை முடித்து வீட்டிற்குக் கிளம்பும் சமயத்தில் டெலிபோன் ஒலித்தது. அந்த மக்கு ரூபா மறுபடி நான் சொன்னதை மறந்து போனாளே என்கிற எரிச்சலுடன் போனை எடுத்தேன்.

"ஹல்லோ, மைதிலியா... நான்தான் நாணா பேசறேன்," என்றான் நாணா இன்னும் கொச்சைத்தன உச்சரிப்பு மாறாத அவன் தமிழில்.

கடவுளே, இவனா, என்கிற ஆயாசத்துடன் நான், "ஹாய் எப்படியிருக்கே?" என்றேன்.

"இன்னிக்கு ரொம்ப நல்ல கச்சேரி இருக்கு வர்றியா?" என்றான். "ஒரு இளம் பாடகி பாடறா. அசந்து போயிடுவே, என்னதான் வெட்டி முறிக்கறே? வாயேன்!"

எனக்குச் சிரிப்பு வந்தது அவன் தமிழைக் கேட்டு, அவனது தமிழைக் கேட்கவே போகலாம் என்று தோன்றிற்று. வீட்டுக்குத் தாமதமாக வருவேன் என்று அம்மாவுக்குச் சொல்லிவிட்டுக் கிளம்பினேன்.

என்னதான் வெட்டி முறிக்கிறே? இன்றைய தினத்தின் மிக முக்கியமான கேள்வி, என்னதான்...? எனக்கும் புரியவில்லை. புரியாதது கவலை அளித்தது.

வாழ்க்கை ஒரு இலக்கு இல்லாமல், விவஸ்தை இல்லாமல் போவது போலிருந்தது. ஓடும் நதியில் மிதந்து செல்லும் சருகைப்போல, இலக்கு இருக்க வேண்டியது அவசியமா? அந்தந்த தருணத்தில் வாழ்வதில் என்ன தவறு? இலக்கை நோக்கிச் செல்வதுதான் ஆபத்து. அது இல்லாவிட்டால் துயரம், ஏமாற்றம். குறிக்கோள் இல்லா வாழ்க்கையும் ஒரு வாழ்க்கையா? என்பார் அப்பா. தார்மீக மதிப்பீடுகளுக்கும் குறிக்கோள்களுக்கும்

அப்பாவுக்கு வித்தியாசமில்லை. அந்த மதிப்பீடுகளே அப்பாவின் எல்லைகள். அதனால்தான் நான் அதிர்வதற்கு முன் சதீஷன் போக்கைக் கண்டு அதிர்ந்தார். நான் அவனிடமிருந்து பிரிவதாகச் சொன்னபோது, "அதை நீ எப்பவோ செஞ்சிருக்கணும்" என்றார்.

'நான் இன்னிக்கு அவனோடு படுத்தேன்' என்று அவரிடம் சொன்னால், என்னுள் ஏற்பட்டிருப்பது தார்மீகச் சரிவு என்று அதிர்ந்துப்போவார். நானே மீண்டும் மீண்டும் அதிர்ந்தேன். எப்படி அப்படி வெட்கமற்றுப் போனேன்!

சதீஷ் சொல்வது சரிதான். அவனைக் குற்றம் சொல்லிப் பிரயோஜனம் இல்லை புத்திசாலி என்ற எண்ணமுடைய நான் கண்களை அகலத் திறந்தபடி அவனிடம் மாட்டிக் கொண்டதற்கு அவன் பொறுப்பில்லை.

திரிவேணி அரங்கத்தை அடைந்தபோது யாரையோ எதிர்நோக்கியபடி நாணா வாயிலிலேயே நின்றிருந்தான். மயில்கண் வேஷ்டி, பட்டு ஜிப்பா, நெற்றியில் கோபி, என்னைக் கண்டதும் சந்தோஷமாகப் புன்னகைத்து, "ஆ மைதிலி, வா, நீ வந்தது எனக்கு ரொம்ப சந்தோஷம். உனக்கு கச்சேரி பிடிக்கும், நா காரெண்டி தரேன்" என்றான். என் தோளைப்பற்றி, "நா உன்னை உட்கார்த்தரேன் வா" என்று உள்ளே அழைத்துச் சென்று முன்வரிசையில் அமர்த்தி, "நா ஆர்டிஸ்டை வரவேற்கணும், அப்புறம் வரேன். உன் பக்கத்து சீட்டைச் காலியாக வை" என்று விட்டுச் சென்றான்.

நான் பொழுதுபோகாமல் அரங்கத்தில் உட்கார்ந்திருப்பவர்களை நோட்டம் விட்டேன். நடுவரிசையில் கோடியில் முரளியும் மாகியும் அமர்ந்திருந்தார்கள். நான் பார்ப்பதைக் கவனித்து முரளி கையசைத்தான். நான் புன்னகைத்துத் திரும்பினேன். எல்லாக் கலை நிகழ்ச்சிகளுக்கும் மாகி வருவது ஆச்சரியமாக இருந்தது. அரங்கத்தில் பல வெள்ளைக்காரர்கள் இருந்தார்கள். அவர்களே நிகழ்ச்சியை ரசிக்கும்போது வடஇந்தியக் கிறிஸ்துவப் பெண்ணால் ஏன் ரசிக்க முடியாது?

இன்னும் பாடகி வரவில்லை. அதனால் நாணாவும் உள்ளே வரவில்லை "ஹலோ" என்ற குரலைக் கேட்டு நிமிர்ந்தேன். எதிரில் புன்னகையுடன் மாகி நின்றிருந்தாள். இன்று புடவை உடுத்தியிருந்தாள். வசீகரமாகத் தெரிந்தாள்.

"ஹலோ, உட்கார்" என் அவள் கையைப் பற்றினேன்.

"உனக்குக் கர்நாடக சங்கீதத்திலே எல்லாம் ஆர்வம் இருக்கிறது எனக்குத் தெரியாது."

"ஆர்வம் எல்லாம் ஒண்ணுமில்லே" என்றாள் மாகி.

"என்னாலே ரசிக்கக்கூட முடியாது. இதுவெல்லாம் நா ஈடுபடணும்னு முரளி விரும்பறான் என்கிறதைத் தவிர வேறு காரணமில்லை."

அவள் என்னிடம் ஏதோ சொல்ல விரும்புகிறாள் என்று தோன்றிற்று. ஆனால் சொல்ல முடியாமல் தவிப்பதும் தெரிந்தது. நான் நிலைமையயைச் சமாளிக்கும் விதத்தில் லேசாகப் புன்னகைத்து அவள் கைகளைப் பற்றிக் கொண்டேன்.

"உன்னையறியாமல் ரசனையை வளர்த்துக் கொண்டுவிட்டாய் என்று தோன்றுகிறது. அதனால்தான் வருகிறாய். அல்லது முரளிக்குச் சந்தோஷம் கொடுக்க வேண்டும் என்கிற எண்ணம் அதைவிட வலுவானதாக இருக்க வேண்டும்."

"அதுதான் நிஜம்" என்றாள் மென்மையாக, "நான் அவனை ரொம்ப விரும்புகிறேன் மைதிலி" என்றாள்.

என்னுள் லேசாக வியப்பு ஏற்பட்டது. அவள் இத்தனை சகஜமாக என்னிடம் தன்னுடைய அந்தரங்க உணர்வுகளைச் சொல்வாள் என்றோ பெயரைக் குறிப்பிட்டுச் சொல்லுவாள் என்றோ நான் எதிர்பார்க்கவில்லை. "அது எனக்குத் தெரியும்" என்றேன் மெதுவாக. என் பக்கத்தில் இருந்த காலி இடத்தைக் காண்பித்து "உட்காரேன்" என்றேன். அவள் உடனடியாக "தேங்க்யூ" என்றபடி உட்கார்ந்ததில் அவள் என்னுடன்

பேசுவதறகாகவே வந்திருக்கிறாள் என்று தெரிந்தது. முரளியே இவளிடம் அதைச் சூசகமாக உணர்த்தியிருக்க வேண்டும்.

ருக்மிணி மாமியிடம் என்னைத் தூது அனுப்பும் ஆயத்தம் இது என்று எனக்கு மனத்தினுள் சிரிப்பு வந்தது. அவளுடைய பால் வடியும் இளசான முகத்தைக் கண்டு கனிவு சுரந்தது. காதல் வசப்படுவது மலர் ஊஞ்சலில் அமர்ந்து கீதமிசைப்பது மட்டுமல்ல. ஊஞ்சல் மேலே செல்லும்போது கண்ணுக்குத் தெரியாத உலகம். கீழே இறங்கும்போது தெரியவரும். "காதலர்களை உலகமெல்லாம் காதலிக்கும்" ஷேக்ஸ்பியரின் உலகத்தில் இங்கு பல சுவர்கள் உண்டு. அவற்றில் பல அடையாளங்கள் உண்டு. காதலும் களவும் அதன் மகோன்னதமும் இலக்கியத்திற்கு மட்டுமே தகுதியான விஷயங்களாக, ஓலைச் சுவடிகளில் புதைந்துப்போன பாரம்பரியத்தில் வந்த சந்ததிகள் வாழும் உலகம். இங்கு, இலக்கியம் இல்லாவிட்டால் சமயம் இருக்கவே இருக்கிறது.

"காதலாகிக் கசிந்து உருகி கண்ணீர் மல்க" நிற்பதும் "இன்றைக்கும் ஏழேழ் பிறவிக்கும்" நீயே என் காதலன் என்று கரைந்து பௌதீக உணர்வுகளுக்கு ஒரு வடிகாலை அமைத்துக் கொள்வதும் சுலபமாகப் புரிந்து கொள்ளக்கூடிய அல்லது ஏற்றுக் கொள்ளக்கூடிய விஷயம். இங்கு சாதாரண மனிதனின் காதல் யாருக்கும் புரியாது. அது அசிங்கமானது. உடலோடு சம்பந்தப்பட்டது.

"எங்கே இருக்கிறாய்?" என்று கேட்டேன். "லோடி காலனியில்" என்றாள் அவள்.

"என்னுடைய அப்பா ரோம் மினிஸ்டிரியில் வேலை பார்க்கிறார்."

இந்தப் பேச்செல்லாம் வெட்டிப் பேச்சு என்பதுபோல் லேசான தயக்கத்துடன் என்னிடம், "நானும் முரளியும் திருமணம் செய்துக்கொள்ளத் தீர்மானத்திருக்கிறோம்" என்றான். எனக்கு மீண்டும் வியப்பு ஏற்பட்டது.

"எனக்குத் தெரியும். முரளி சொன்னான். என்னுடைய வாழ்த்துக்கள்" என்றேன், நிச்சயமில்லாது குரலில்.

"உன்னுடைய பெற்றோர்களுக்கு இதில் சம்மதமா?" என்றேன், ஏன் இதைக் கேட்கிறேன் என்று எனக்கே விளங்காமல்.

"இல்லை" என்று சோர்வுடன் புன்னகைத்தாள். பிறகு மெல்லிய புன்னகையுடன் சொன்னாள், "நாங்கள் கத்தோலிக்கர்கள். தமிழ்ப் பிராமணர்களைவிட மோசம்."

நான் அவளை யோசனையுடன் பார்த்தேன். முகம் லேசாகச் சிவந்து உணர்ச்சிவசப்பட்டு இருந்தது. கண்களில் ஒரு பரிதவிப்புத் தெரிந்தது.

நாணா எந்த நிமிஷமும் உள்ளே வரலாம் என்ற நினைப்புடன், "இதைக் கேட்க எனக்கு வருத்தமாக இருக்கிறது" என்றேன்.

அவள் மெல்லச் சிரித்தாள். "எந்தக் காதலும் சுலபமாக வெற்றியடைவதில்லை, அடையக்கூடாது என்று அதற்கு ஒரு சாபம் இருக்கிறதுபோல் இருக்கிறது." அதரங்கள் சிரிப்பில் விரிந்திருந்தாலும் கண்களில் சட்டென்று நீர் துளிர்த்தது. நான் அவள் கைகளைக் கனிவுடன் அழுத்தினேன்.

"மெல்ல மெல்ல எல்லோரும் சமாதானமாகி விடுவார்கள். கவலைப்படாதே."

அவள் நாசூக்காகத் தனது கைக்குட்டையினால் விழியோரங்களைத் துடைத்துக்கொண்டு கீழ்நோக்கிய பார்வையில் சொன்னாள்,

"என்னுடைய வீட்டு மனிதர்களைப் பற்றி நான் கவலைப்படவில்லை. நான் அவர்களை மொத்தமாக மறந்துவிடத் தயாராக இருக்கிறேன்." என்னை நிமிர்ந்து பார்த்துச் சிரித்தாள். "அது என்ன நியாயம் என்று என்னுடைய அம்மாவும் அப்பாவும் கேட்கிறார்கள். ஆறு மாதப் பழக்கமே உள்ள ஒருத்தன் எங்களைவிட முக்கியமாகப் போய்விட்டானா என்று கேட்கிறார்கள். எனக்கும் அது புரியவில்லை மைதிலி. ஆனால் அதுதான் நிஜம்."

நான் பதில் ஏதும் சொல்லாமல் அந்தச் சிவந்த மெல்லிய உதடுகள் வேகமாக அசைவதையும் கண்களில் நிழலாடும் பரிதவிப்பையும் பார்த்தபடி அமர்ந்திருந்தேன்.

அரங்கத்து மங்கிய ஒளியில் அவளுடைய கண்களில் இருந்த பளபளப்பு அமானுஷ்யமானதாகத் தோன்றிற்று.

காதல் என்பதன் மொத்த உருவகம் எதிரில் அமர்ந்து இருப்பதுபோல் பட்டது.

“அப்படியானால் துணிந்து செயல்படுங்கள்” என்று மெல்லச் சிரித்தேன். அவள் அவசரமாக எனக்கு விளக்க முற்படுவதுபோல் சொன்னாள்,

“என் பெற்றோர்களிடமிருந்து விலகி என்னால் இருக்க முடியும். ஆனால் முரளியும் அப்படி விலக வேண்டும் என்று நான் எதிர்பார்க்கவில்லை. அவனுடைய பெற்றோர்கள் என்னை ஏற்க வேண்டும் என்று நான் விரும்புகிறேன்.”

நான் நெகிழ்ந்து போனேன். முரளி இவளைப் பற்றிச் சொன்னது உண்மைதான் என்று தோன்றிற்று. அவள் சட்டென்று என்னுடைய கைகளை அழுத்தி, “அதற்கு உங்கள் உதவி தேவை மைதிலி” என்றாள்.

“எப்படி?” என்றேன் நான் லேசாகத் திடுக்கிட்டு.

“முரளியுடைய அம்மா மிகவும் தீவிரமான எண்ணங்கள் உடையவர் என்று எனக்குத் தெரியும். என்னை ஓரளவுக்கு அவர் ஏற்கும்படி நீங்கள் செய்தால் எனக்கு சந்தோஷமாக இருக்கும்.”

நான் தலையை குனிந்துக்கொண்டேன். எத்தனை விசித்திரமான வேலை என்று தோன்றிற்று. “நான் ஒரு மோசமான உதாரணம்” என்றேன் தலைநிமிராமல், “என் பேச்சு ருக்மிணி மாமியை மாற்றும் என்று நான் நினைக்கவில்லை. யாரையும் யாராலும் இப்படிப்பட்ட விஷயங்களில் மாற்ற முடியாது மாகி. காலப்போக்கில் அவரவர்களாக மாற வேண்டும். மாறுவார்கள். அதுவரை பொறுமையாக இருக்க வேண்டும்.”

அவள் கண்களில் மீண்டும் பரிதவிப்பு நிழலாடிற்று.

"நான் என்னையே மாற்றிக் கொள்வேன் மைதிலி!" என்றாள்.

அவள் பேச்சுக்கும். அவளுடைய உருவத்திற்கும் ஒரு யுக வித்தியாசம் இருந்தது விசித்திரமாக இருந்தது. ஒரு புனித நீராட்டலில் சம்ஸ்காரமும் மதமும் மாறக்கூடிய மரபைச் சேர்ந்தவள் இவள். இவளிடம் ருக்மிணி மாமியின் தார்மீக இயலாமையை எப்படி எடுத்துச் சொல்வது? நான் அவள் கைகளை மீண்டும் அழுத்திப் புன்னகைத்தேன்.

"முரளியின் பெற்றோர்கள் நல்ல மனிதர்கள். கொள்கைப் பிடிமானம் மாறாவிட்டாலும், மனசு மாறும். அதுதான் முக்கியமென்று நான் நினைக்கிறேன்."

மாகி நம்பிக்கையில்லாமல் பார்த்தாள். "உங்களால் ஏதும் சொல்ல முடியாதா?" என்றாள்.

நான் பதில் பேசாமல் அமர்ந்திருப்பதைக் கண்டு, "சாரி. உங்களை வற்புறுத்துவதாக நினைக்கக்கூடாது" என்றாள்.

நான் சிரித்தேன். "நான் அப்படி நினைக்கவில்லை. அவர்கள் என்னிடம் அபிப்பிராயம் கேட்டால் நான் சொல்லுவேன். நானாகச் சென்று சொன்னால் அது பாதகமாகப் போனாலும் போகும். நான் சொன்னேனே, எனக்கு நல்ல ரெகார்டு இல்லை."

நாணா பரபரப்புடன் வந்துகொண்டு இருந்தான். விளக்குகள் ஒவ்வொன்றாக அணைய ஆரம்பித்தன. நாணா எதிரில் நிற்பதைக் கண்டதும், மாகி எழுந்து "பிறகு சந்திக்கலாம்" என்று என்னிடம் சொல்லிவிட்டு நகர்ந்தாள். நாணா உட்கார்ந்தபடி "ஆர்டிஸ்ட் வந்தாச்சு, இனிமே கொஞ்சம் நிம்மதியா உட்காரலாம்" என்றான்.

மாகியின் பேச்சின் தாக்கத்திலிருந்து விடுபடாத மௌனத்துடன் நான் மேடையைப் பார்த்தேன்.

ரொம்பவும் இளம் வயதுப் பாடல் என்று தோன்றிற்று. இருபத்தி நாலு. இருபத்தி ஐந்துக்கு மேல் இருக்காது. மிகுந்த தன்னம்பிக்கையுடன் அவள் அமர்ந்ததும் அரங்கத்தைப் பார்த்து

புன்னகையுடன் கை குவித்ததும் எனக்கு அவள்மீது மதிப்பைத் தந்தது. வயலினும் மிருதங்கம் தம்பூராவும் சுருதி கூட்டித் தயாரானதும் அவள் விநாடிப் பொழுது வீணாக்காமல் "வலச்சி, வாச்சா" என்று வர்ணத்தை எடுத்த எடுப்பில் முதுகுத் தண்டு சிலிர்த்து நான் நிமிர்ந்து உட்கார்ந்தேன். சற்றுமுன் சாதாரணமாக இருந்த முகத்தில் இப்பொழுது அசாதாரணமாக அருள் சுரந்து செளந்தர்யமாகி விட்டது வியப்பைத் தந்தது. பாஞ்சாலி வேஷம் போட்ட அந்தப் பன்னிரண்டு வயதுச் சிறுமி ஆளே மாறிப் போனதுபோல.

ஏதோ யக்ஷிணியின் வேலைபோல் இருந்தது. ஸ்வரங்களும் சாகித்யங்களும் பிரவாகமாக வெளிப்பட்டபோது எனக்கு காமாட்சி பாட்டியின் நினைவு வந்தது, சம்பந்தமில்லாமல்.

பத்ரிநாத்துக்குப் போவதற்காக அவள் ஒருமுறை டெல்லி வந்தபோது பூஜைப் பாத்திரங்களைத் தேய்ப்பதற்காகப் புளியைக் கொண்டா, உப்பைக் கொண்டா என்று என்னை விரட்டியது நினைவுக்கு வந்தது. எனக்கு அப்பொழுது ஏழெட்டு வயசுதான் இருக்கும். அவள் பரப்பி வைத்த, மிகுந்த சின்னச் சின்ன கடவுள் சிலைகளும் பஞ்சபாத்திர உத்திரணியும் ஆண்டிக் கடையில் இருக்கும் ஆதிகாலத்து சிலைப் பொருள்கள்போல் இருந்தன. அவள் என் பார்வையை உணர்ந்து, "ஊர் ஊரா போயிண்டிருக்கேனே, புளி போட்டுத் தேய்க்க எங்கே நேரம்! எல்லாம் கறுத்துப் போச்சு." என்றாள். பிறகு பரபரவென்று புளியையும் உப்பையும் பிசைந்து அந்த உருவங்களில் அழுத்தித் தேய்த்து குழாய் நீருக்கடியில் நீராட்டியபோது, நான் கண்களை அகல விரித்தேன்.

அழுது வடிந்த உருவங்களும் பாத்திரங்களும் வேறு பிறவி எடுத்ததுபோல் பளபளவென்று மின்னின.

"எப்படி இப்படிப் பண்ணினேள் பாட்டி?" என்றேன் வியப்போடு.

பாட்டி என் மூக்கை விளையாட்டாக நிமிண்டிச் சிரித்தாள்.

“நான் எந்த மாயமும் செய்யலைடி அம்மா. அதுக்குள்ளேயே இருந்த ஒண்ணுதான் வெளியே வந்தது.” நான் விளங்காமல் அவளைப் பார்த்தேன், “என்னவோ மாஜிக் பண்ண மாதிரின்னா மாறிப் போச்சு!”

அவன் மீண்டும் சிரித்தபடியே சொன்னாள், “நம் எல்லோருக்குள்ளேயும் இந்த மாஜிக் இருக்கு அது வெளியிலே வரும்போது நம்ப முகமும் மாறிப்போகும். தெய்வாம்சம் வெளிப்பட்ட மாதிரி.” அவள் பேச்சு எனக்கு சுத்தமாகப் புரியவில்லை. இன்று புரிந்தது.

மேடையில் அமர்ந்திருக்கும் பெண் ஏதோ தேஜஸ்ஸில் அமிழ்ந்து இருப்பதுபோல் எனக்குத் தோன்றிற்று. எனக்குப் புரியாத தெலுங்கில் அவள் பாடிய கீர்த்தனைகளில்கூட மனசு நெகிழ்ந்து கண்ணீர் துளிர்த்தது.

பிறகு அவள் தமிழ்ப் பாடல்களைப் பாடினாள். நாணா கண்களை மூடிக் கொண்டு “ஆஹா, அற்புதம்” என்றான். பிறகு என்னைத் திரும்பிப் பார்த்து லேசாகப் புன்னகைத்து, “நாம்ப ஜென்மம் எடுத்தது இந்த மாதிரி தருணங்களுக்காகத்தான்” என்றான். நானும் நெகிழ்ந்த நிலையில், கிட்டத்தட்ட அவனுடைய தளத்தில் இருந்தேன். அம்மா சொன்னதுபோலப் பாட்டுக் கற்றுக்கொள்ள மீண்டும் யோசனை வந்தது. வேண்டாத நினைவுகளிலிருந்து விடுதலை பெற சங்கீதம் ஒரு நல்ல சாதனமாக இருக்கக்கூடும். என்னுள் தெய்வாம்சம் விழித்துக் கொள்ளாவிட்டாலும், உள்ளே இருக்கும் பூதங்கள் என்னைத் துன்புறுத்தாமல் உறங்கி விடக்கூடும். கச்சேரி முடிந்ததும் நாணா என்னை வற்புறுத்தி அந்தப் பெண்ணிடம் அழைத்துச் சென்று அறிமுகப்படுத்தினான். மேடையைவிட்டு இறங்கி நின்றிருந்த அவள் மாயையெல்லாம் நழுவிய ஒரு சாதாரணப் பெண்ணாகக் காட்சி அளித்தாள்.

“அற்புதமாகப் பாடினாய்” என்று நான் பாராட்டியதும், “தேங்க்ஸ்” என்று புன்னகைத்து, “எந்தப் பத்திரிக்கையில் எழுதுகிறீர்கள்?”

என்று கேட்டாள். நான் பத்திரிக்கையாளர் இல்லையென்றதும் ஏமாற்றத்துடன் தலையைத் திருப்பிக் கொண்டாள்.

நாணாவிடம் நான் போகிறேன் என்று சைகை காட்டிவிட்டுக் கிளம்பினேன்.

அரங்கம் கிட்டதட்ட காலியாகி இருந்தது. முரளியையும், மாகியையும் காணவில்லை, கச்சேரியின் பாதியிலேயே கிளம்பிப் போயிருந்தாலும் போயிருப்பார்கள்.

சங்கீதத்தின் தாக்கம் என்னுள் இன்னும் இருந்தது. அதன் லாகிரியில் மிதக்கும் உணர்வு ஏற்பட்டது. மேடையில் இருந்த அந்தப் பெண்ணையே மனத்தில் இருத்திக்கொள்ள வேண்டும்போல் இருந்தது. காரைக் கிளப்பிப் பாதி தூரம் செல்லும்போதுதான் நான் வேண்டுமென்றே என்னுடைய நினைவுகளிலிருந்து தப்பிக்கப் பார்ப்பதை என்னால் உணர்ந்துக்கொள்ள முடிந்தது.

இன்றைக்கு எனக்கு ஏற்பட்ட வீழ்ச்சி என்னை என் கணிப்பிலேயே அதல பாதாளத்துக்குத் தள்ளி இருந்தது. அதிலிருந்து மீள்வதற்காகவே சங்கீதத்தை கேட்க வந்தேன். மாகியின் பேச்சு உண்மையில் என்னுள் மிகச் சன்ன சலனத்தைத்தான் ஏற்படுத்தியிருந்தது. அவள் எழுந்து அகன்ற உடனேயே என் நினைவிலிருந்து நழுவி விட்டிருக்க வேண்டும். நல்ல வேளையாக மேடையிலிருந்து வந்த சங்கீதம் கொக்கியாக என்னை இழுத்து ஆட்கொண்டது. இரண்டரை மணிநேரத்துக்கு, தோழிகள் ஸ்க்கிப்பிங் ஆடும்போது சுழன்றுவரும் கயிற்று வளையத்திற்குள் லாவகத்துடன் புகுந்து ஆட்டத்தில் சேர்ந்தது மாதிரி. சுழற்சியும் ஆட்டமும் நின்று, நான் தன்னந்தனியாய், குற்றுயிராய் நிற்கும் விளக்குக் கம்பங்கள் கொண்ட இருண்ட சாலைகளில் வண்டியை ஓட்டிக்கொண்டு செல்லும்போது, மத்தியானத்தின் நினைவு உத்வேகத்துடன் எழுந்து நான் பலமாக 'முட்டாள் முட்டாள்' என்று சபித்தேன்.

இருண்ட பாதையில் கார் ரெட்லைட்டின் வெளிசத்தில் எரிந்து சினிமாவில் வரும் கதாநாயகனைப்போல சதீஸ் நட்ட

நடுரோடில் நிற்பதுபோலத் தோன்றிற்று. பரிதாபத்திற்குரிய கதாநாயகன். காதலிக்கப்பட வேண்டியதற்கு எல்லாத் தகுதிகளையும் உடையவன். கனிவான பேச்சு, வசீகரமான புன்னகை. அவன் கைபட்ட மாத்திரத்தில் பெண்கள் மெழுகாக உருகிப் போவார்கள். மீண்டும் சுயரூபம் அடைந்த பிறகே ரோசமடைவார்கள். ரோசத்தினால் ஏதும் லாபமில்லை என்பதை அவன் உணர்த்துவான். “இஷ்ட்டப்பட்டுதான் எங்கிட்ட வந்தே...!”

அந்தக் குற்றச்சாட்டிலிருந்து அவர்கள் தப்பிக்க முடியாது, சட்டமன்றங்களில்கூட இது விடாமல் வலியுறுத்தப்படுவது.

“ஃபூல்! ப்ளடி ஃபூல்!” என்றேன் நான் பலக்க, சாட்டையால் என்னையே மறுபடி மறுபடி மானசீகமாக விளாசினேன். வீட்டை அடைந்தபோது உண்மையிலேயே உடம்பு ரணமாய் வலித்தது. சாப்பாட்டு மேஜையில் அம்மா மூடிவைத்திருந்த சாப்பாடு பிடிக்காமல் எல்லாவற்றையும் ஒழித்து ஃப்ரிஜ்க்குள் வைத்தேன்.

ஹீட்டருக்கு முன் காலை நீட்டியபடி சாய்வு நாற்காலியில் அமர்ந்து அப்பா மிலான் குந்தேராவில் ஆழ்ந்திருந்தார். நான் வந்ததை உணர்ந்து நிமிர்ந்து புன்னகைத்தார்.

“வெறும் வார்த்தைகளாலேயே என்ன மாஜிக் பண்றான் பாத்தியா இவன்?” என்றார் தன் செல்வக் குழந்தையைப் பற்றிப் பேசுவதுபோல.

“மாஜிக் என்கிறது அருள், தெய்வாம்சம்” என்று நான் சிரித்தேன். “இன்னிக்கு நானும் அப்படிப்பட்ட மாஜிக்கை அனுபவிச்சேன். ஒரு பாட்டுக் கச்சேரியிலே. மறுபடியும் பாட்டு கத்துக்கலாம்னு முடிவுக்கு வந்திருக்கேம்பா.”

“குட்!” என்றார் அப்பா, தெய்வாம்சத்துக்கும் எனக்கும் சம்பந்தமில்லை என்று யோசிப்பவர்போல.

காம்போஸ் விழுங்கியும் தூக்கம் வரவில்லை. தலையைச் சுரீரென்று வலித்தது. அஸ்பிரின்னையும் விழுங்கிவிட்டுப் படுத்தேன்.

காலையில் உலுக்கப்பட்டார்போல் விழிப்பு வந்தது. வெகு அருகில் பல குரல்கள் ஒலிப்பதுபோல இருந்தது "பாடிப் பறை கொண்டு மாவாய் பிளந்தானை, மல்லரை மாட்டிய தேவாதி தேவனைச் சென்று நாம் சேவித்தால் ஆவாவென்றாராய்த் தருளேலோ ரொம்பாவாய்."

எங்கும் இருந்த கும்மிருட்டில் எனக்குச் சற்றுநேரத்திற்கு எதுவும் விளங்கவில்லை. கனவு ஒன்று தோன்றிற்று. நேற்று கண்ட கனவைவிட இது தேவலை என்று தோன்றிற்று. மெல்ல மெல்ல புலன்கள் முழுவதும் விழித்துக் கொண்டதும், இது மார்கழி மாதம் என்பதும், ருக்மணி மாமியின் தலைமையில் ஆண்டாள் சங்க உறுப்பினர்கள் வீதியில் செய்யும் பஜனை என்பதும் புரிந்தது. அந்தக் கோஷ்டியில் மாகியை எந்த மாஜிக்கினால் சேர்ப்பது என்ற கவலை என்னை ஆட்கொண்டது.

கையில் பிடித்திருந்த தெர்மாமீட்டரை ஜன்னலுக்கு அருகில் சென்று சூரிய வெளிச்சத்திற்கு எதிராகத் தூக்கிப் பிடித்துப் பார்த்து அம்மா மெல்ல முணுமுணுக்கும் குரலில் சொன்னாள்.

"என்னது நூத்தி மூணு காட்டறதே?" என்றாள் நம்பாமல். பிறகு என்னருகில் வந்து கவலையுடன் நெற்றியைத் தொட்டாள். "தொட்டுப் பார்த்தா அத்தனை இருக்கும்னு நான் நினைக்கல்லே. எப்படி வந்தது திடீர்னு, நேத்து கார்த்தாலே நன்னாயிருந்தியே?"

இதற்கு விளக்கம் தரும் நிலையில் நான் இருக்கவில்லை. தலையை அசாத்தியமாய் வலித்தது. பிளந்து விடும்போல்.

"பாடிப் பறை கொண்டு மாவாய் பிளந்தானை."

"என்ன சொன்னே?"

"ஒண்ணுமில்லே" என்று காய்ந்துப்போன உதடுகளை நான் ஈரமாக்கிக் கொண்டேன்.

"சூடா டீ தர்றியா?"

"தரேனே" அம்மா சுறுசுறுப்புடன் நகர்ந்தாள். "அப்புறம் மாத்திரை தரேன். உங்க கம்பெனி டாக்டர் நம்பர் குடு. அப்பாவை

போன் பண்ணச் சொல்றேன். ராத்திரி பனியிலே எங்கெல்லாமோ தினமும் சுத்தரே, சரியான உடுப்பு போட்டுக்காம."

டீ போடும் போதும் அம்மா சமையலறையில் ஏதோ தனக்குள் அங்கலாய்ப்பது கேட்டது. நான் கண்களைத் திறக்காமல் படுத்திருந்தேன். நெடுந்தூரம் பயணம் செய்து வந்ததைப் போன்ற ஆயாசத்தில் உடம்பு துவண்டிருந்தது. மனசு மட்டும் தனித்து நின்று "பாடிப் பறை கொண்டு, மாவாய் பிளந்தானை" என்று சொல்லிக் கொண்டிருந்தது. அடுத்தடுத்த பாசுரங்களைச் சொல்லிக் கொண்டு போயிற்று. உள்ளுக்குள் அனலாய்த் தகித்து ஜுரத்திலும் எனக்கு இது வேடிக்கையாக இருந்தது. நாளைக்கு பஜனைக் கோஷ்டியில் ருக்மிணி மாமிக்கு ஆள் குறைந்தால் நான் சேர்ந்து கொள்ளலாம் என்று தீவிரமாகத் தோன்றிற்று. மாமி என்னைச் சேர்த்துக் கொள்வாளா என்பதுதான் சந்தேகம் அச்சுதனைப் பாடத் தகுதியில்லா "அச்சுத்" என்று என்னை அவள் நினைக்கலாம், பக்கத்தில் நடக்கும்போதுகூடத் தீட்டுப் பட்டுவிடும் என்று பயந்தவள்போல் நேற்றுவரை சற்று விலகியே நடந்தவள்.

அம்மா தேநீர் கொண்டு வருவதற்குள் நான் தூங்கிப் போனேன். நானும் மாமியும் பஜனை கோஷ்டியின் முன் வரிசையில் இருக்கிறோம். ஜனவரி மாத அதிகாலைக் குளிருக்கு இணக்கமான ஓவர்கோட்டும், தலையில் மஃப்ளரும், கையில் சுருதிப் பெட்டியும். வாயில் கூடாரை வெல்லும் சீர்கோவிந்தா மாகியின் ஓவர்கோட்டுக்கு அடியில் மடிசார்கட்டு தெரிகிறது. என் ஓவர் கோட்டுக்கு அடியில் நான் நிர்வாணமாக இருப்பது எனக்குக் கூச்ச மேற்படுத்துகிறது. "ஏன் உள்ளே ஒண்ணுமில்லே?" என்கிறாள் மாகி. "நான் என் ஜாதியைத் தொலைத்து விட்டேன் மாகி!"

"தேடு கிடைக்கும்!" என்ற மாகியை நான் பரிதவிப்புடன் பார்த்துத் தெருத் தெருவாக அலைகிறேன்...

அம்மா எழுப்பிக் கொடுத்த டீயையும் பிறகு சூப்பையும் தூக்கக் கலக்கத்துடனேயே அருந்தியதாக நினைவு. ஈதென்ன

பேருறக்கம்! ஜன்ம ஜன்மமாகத் தூங்காத தூக்கதையெல்லாம் இப்போது தூங்கித் தீர்ப்பது போலிருந்தது. தூக்கத்தின் ஊடே டாக்டர் வந்ததும் மருந்து எழுதிக் கொடுத்ததும் தெளிவற்ற கனவுபோல இருந்தது.

ஒரு கர்ப்பவாச காலம் உறக்கத்தில் இருந்ததுபோல், அதிலிருந்து சடாரென்று விடுபட்டதுபோல நான் தெளிவுடன் விழித்துக் கொண்டபோது அறை இருண்டிருந்தது. மெல்ல எழுந்திருக்க முயன்றேன். பலவீனத்தில் தலையைச் சுற்றிற்று. நினைத்தால் விஷ வாயுபோல பரவும் பெயரில்லா வைரஸ் காய்ச்சலாக இருக்க வேண்டும் இது. அம்மா முணுமுணுத்தது போல, சாந்தக் கலை நிகழ்ச்சியிலோ நெருக்கமான அரங்கத்தில் ஒரு அமானுஷ்யப் போதில் எங்கிருந்தோ வந்து என்னைத் தொத்தியிருக்க வேண்டும். ரோஸ்லிண்டுக்கு வராமலிருக்க வேண்டுமே என்று நான் கவலைப்பட்டேன். என்னைத் தாங்கவாவது மனிதர்கள் இருக்கிறார்கள். தேநீரும் சூப்பும் பழரசமும் நான் கேட்காமலேயே கொடுக்க. இப்படி ஒரு காய்ச்சல் அடித்தால் ரோஸ்லிண்ட் என்ன செய்வாள்? தனியாக இருப்பவர்கள் எல்லாம் என்ன செய்வார்கள்? அம்மாவும் அப்பாவும் இறந்தபிறகு என் கதி என்ன ஆகும்? இதையெல்லாம் எனக்கு முன்னால் அப்பா யோசித்திருப்பார் என்று தோன்றிற்று. ஒரு குழந்தையைத் தத்து எடுத்துக்கோயேன்? ஒரு அனாதைக் குழந்தையை?

அனாதைக் குழந்தை என்னைக் கவனித்துக் கொள்ளும். என்பது என்ன நிச்சயம்? உண்மையில் நான்தான் அனாதை என்று எனக்குத் தெளிவாயிற்று.

"எனக்குத் தாங்கல்லே மாமி, நா எப்படி ஒத்துக்க முடியும் சொல்லுங்கோ!" ருக்மிணி மாமியின் குரல் கணிரென்று கேட்டது. கேள்வியைத் தொடர்ந்து விசும்பல் வெடித்து வார்த்தைகள் புதைந்து சிதைந்து போயின. என் புலன்கள் மந்திரம் பட்டதுபோல் விழித்துக் கொண்டன.

"அழாதே ருக்மிணி, கொஞ்சம் நிதானப்படுத்திக்கோ" என்றாள் அம்மா "முரளி இப்படியெல்லாம் யோசனை இல்லாம செய்யக் கூடியவன் இல்லே."

தான் சொல்லும் வார்த்தைகளில் அம்மாவுக்கே நம்பிக்கை இருக்காது என்று நான் நினைத்துக் கொண்டேன், என்னுடைய சுயபச்சாதாபம் எல்லாம் வடிந்து போயிற்று. எத்தனையோ நாள்களாகக் கவலைப்பட்டு எதிர்நோக்கியிருந்த காட்சி என் வீட்டிற்குள்ளேயே என் காதுபட வந்து நிற்கிறது. எந்த நிமிஷமும் மாமி, வெடித்துப் பிரலாபிக்கலாம் என்று காத்திருந்தேன்.

"அப்படித்தான் மாமி நானும் நம்பி மோசம் போனேன்!" என்று மாமி பெரிய குரலில் சொன்னாள். இழவு வீட்டில் பேசுவதுபோல் வம்சத்துக்கு ஒரே பிள்ளை, அவன் இப்படிச் செய்யலாமா என்ன பாவம் பண்ணினேன் மாமி! அவளையே நினைச்சு ஆராதிச்சு வரேனே, எல்லாத்தையும் பார்த்துண்டு சும்மாதானே உட்கார்ந்திருக்கா?"

ஆண்டாளுக்குத் தெரியாததா என்று நான் சிரித்துக் கொண்டேன். காதலைப் பற்றித் தெரியாதா அவளுக்கு? அவள் கோவிந்தனைக் காதலித்தால் என்ன? காதல்தானே? 'இன்றைக்கும் ஏழேழ் பிறவிக்கும்' என்று அவள் சரணாகதி அடைந்ததுபோல, கத்தோலிக்க கிறிஸ்துவமாகி, இந்து வைஷ்ணவனான முரளிக்காகத் தலைகீழாக நிற்கத் தயார் என்பதும் சரணாகதிதான்.

அம்மாவிடமிருந்து ஏதும் பதில் வராததில் அவளது சங்கடம் வெளிப்பட்டது.

"உங்க மைதிலிகூட வேற பாஷை பேசறவனைச் செஞ்சுண்டாலும் ஒரு ஹிந்துவைப் பிடிச்சா. இவன் என் வயித்திலே பிறந்தவன் ஒரு படி மேலே போயிட்டான். மதமே வேற. என்மேல் நெருப்பை வாரிக் கொட்டின மாதிரி துடிச்சிப் போயிட்டேன்!"

மாமி "ஓ" வென்று அழுதாள், "அழாதே ருக்மிணி, அழாதே" என்பதற்கு மேல் அம்மாவிற்கு எதுவும் சொல்லத் தெரியவில்லை.

சொல்ல தைரியம் வந்திருக்காது. மாமியின் ஆவேசம் அப்படிப்பட்டதாக இருந்தது. முரளியின் போக்குக்கே நான்தான் காரணாம் என்று அவள் நினைத்தாலும் நினைக்கலாம்.

"நினைக்க நினைக்க வயத்தெரிச்சலா இருக்கு" என்று மாமி தொடர்ந்தாள். "ஆறு மாசத்துக்கு முந்தி திருச்சிராப்பள்ளியிலேர்ந்து ஒரு ஜாதகம் வந்தது. வடகலை, வேண்டாம்னு ஒதுக்கினேன். இப்படி இவன் ஒரேயடியா கல்லைத் தூக்கிப் போடுவான்னு தோணியிருந்தா அதையே முடிச்சிருப்பேன். அப்ப இன்னும் இந்தப் பெண்ணோட சினேகம் ஏற்படலல."

"இந்தப் பெண்ணை நீ பார்த்திருக்கியா?" என்றாள் அம்மா அனாவசியமாக.

"நா எதுக்குப் பார்க்கணும்?" என்றாள் மாமி ஆக்ரோஷத்துடன் "அவ பெயரைக்கூட என் எதிரே உச்சரிக்காதேன்னுட்டேன். நல்ல பொண்ணுங்கறான்! நமக்கென்ன லாபம்? சமையல் கூட்டுக்குள்ளே அவளைச் சேர்த்துக்க முடியுமா? நாள் கிழமையன்னா மணையிலே உட்கார்த்த முடியுமா? உனக்கு அம்மா வேண்டாம். அவதான் வேணும்னா, போ பண்ணிக்கோ, இந்தப் பிறவி எடுத்ததனுடைய முக்கியத்துவம் புரிஞ்சிக்காம இன்னும் உன்னையே தாழ்த்திக்கோ, உன் பெண்டாட்டின்னு நீ அவளைச் சொல்லிக்கலாம், ஆனா அவ என் நாட்டுப் பொண்ணுனு நா சொல்ல முடியாது."

மாமியின் அழுகை நின்றிருந்தது. குரலில் கோபம் கொப்பளித்தது.

"இப்படிச் சொன்னியா நீ?"

"ஆஹா! சொன்னேன். எனக்கென்ன பயம்?"

"என்ன சொல்றான் முரளி?"

"நான் இன்னும் த்ரதா யுகத்திலே இருக்கேனாம். மனுஷனுக்கு மேல சம்ஸ்காரம் இருக்க முடியாதுன்னு லெக்சர் பண்ணறான். மனுஷனுக்காக சம்ஸ்காரமே ஒழிய சம்ஸ்காரத்துக்காக மனுஷன்

இல்லேங்கறான். மனுஷன் கட்டுப்பாடா இருந்தாத்தான் எல்லாத்திலேயும் ஒழுங்கு இருக்கும்னுதானே பெரியவா வெச்சிருக்கா. எதுவுமே அவசியமில்லேன்னா எதுக்குமே அர்த்தம் இல்லேன்னு ஆயிடாதோ? எனக்கு ஒண்ணும் புரியல்லை மாமி, நேத்துவரை சமத்தா இருந்த பிள்ளை? மார்கழி மாசம் தினமும் திருப்பாவை சொல்றவன் காலங்கார்த்தாலே எழுந்து, போன வருஷம்கூடச் சொன்னான். இந்த வருஷம் மாறிப்போச்சு, தினமும் அந்தப் பெண்ணோட ஊர் சுத்திட்டு வீட்டுக்கு வர்றதுக்கே பதினோரு மணி ஆயிடறது. அந்தப் பெண்ணுடைய அப்பா அம்மா எப்படிப் பேசாம இருக்கா? எனக்கு திக்திக்குன்னு இருக்கு!"

எங்கேயோ ஆரம்பித்து மாமி வேறு எங்கோ சென்றாள். அம்மாவிடமிருந்து பேச்சே இல்லை. எனக்கு என் கனவு நினைவுக்கு வந்தது.

'கவலைப்படாதீங்கோ, மாசியும் அடுத்த வருஷம் உங்ககூட பஜனைக்கு வருவா' என்று சொல்ல வேண்டும்போல் இருந்தது.

"எனக்குத் தாங்கத்தான் இல்லே மாமி" என்றாள் மாமி மறுபடி...

"இருபத்து ஆறு வயதுவரை வளர்ந்த இடமும் பெத்தவாளும், அவா கடைப்பிடிக்கிற தர்மமும் பெரிசில்லேன்னு தோணிடணும்னா என்னா மாயம் இது?"

"விட்டுப் பிடி ருக்மிணி" என்றாள் அம்மா மெல்லிய குரலில்.

"இந்த விஷயத்திலே எப்படி விட்டுப் பிடிக்கிறது? அவன் முடிவு எடுத்தப்புறம்னா வந்து சொல்றான்! நா சொன்னபடி கேட்பான் என் பிள்ளைன்னு இறுமாந்து இருந்தேன் மாமி, பட்டை நாமம் சாத்திட்டான்."

நின்றிருந்த அழுகை மீண்டும் குமுறிக் குமுறி வந்தது. சற்று நிதானித்து, "அடுத்த ஞாயிற்றுக்கிழமை கல்யாணம் செய்துக்கப் போறானாம் ரிஜிஸ்டர் ஆபீசுக்குப் போய்" என்றாள்.

அடேயப்பா, நல்ல முன்னேற்றம்தான் என்று நினைத்துக் கொண்டேன். நேற்றுத்தானே என்னிடம் வந்து பேசினாள். "என்னை அவர்கள் ஏற்க வேண்டுமென்று ஆசைப்படுகிறேன்!" அதற்கெல்லாம் வாய்ப்பே இல்லாமல் வீட்டில் மூர்க்கமாய்ச் சண்டை நடந்திருக்க வேண்டும். முரளியின் இந்த முடிவே வீம்பினால் ஏற்பட்டிருக்க வேண்டும். ருக்மிணி மாமி அவன் எதிரில் எப்படியெல்லாம் பிரலாபித்திருப்பாள் என்று என்னால் ஊகிக்க முடிந்தது. யுத்த களமாக மாறியிருக்கும் வீடு. அந்தக் களத்தில் நானும் அகப்பட்டுக் காயமடைந்ததுபோல் என்னுள் சோர்வு ஏற்பட்டது. மாமிக்கு இது பெரிய தோல்வி, இதுவே அவளுடைய பரிதவிப்புக்குக் காரணம், ஊர் ஜனங்களுக்கு முன் மகத்தான தலைகுனிவு, "என்ன ருக்மிணி உன் பையனா?" என்ற கேள்வி ஒன்று போதும். இப்போது என்ன செய்யப் போகிறாள் ஒரே பிள்ளையை விரோதித்து வைக்கப் போகிறாளா?

"அவன் அத்தனை பிடிவாதமா இருக்கும்போது நீ என்னதான் செய்ய முடியும் சொல்லு!" என்றாள் அம்மா பலவீனமாக. என் விஷயத்திலும் அவள் அத்தகைய எண்ணத்துடன்தான் ஒதுங்கியிருந்திருக்க வேண்டும் என்று நான் நினைத்துக் கொண்டேன்.

"அவனுடைய அப்பா அப்படித்தான் சொல்கிறார். சமாதானம்கூட ஆயிடுவார். எனக்குத்தான் முடியாது. எத்தனை நாளானாலும் நாள், கிழமை, எதுவானாலும் என் பொறுப்பை நா தனியாத்தான் சுமக்கணும். என்னுடைய சம்மதம் என்னிக்குமே கிடைக்காது, எழுதி வெச்சுக்கோன்னு சொல்லிட்டேன் முரளிகிட்டே."

மீண்டும் 'ஓ'-வென்று அழகை, எனக்கு எரிச்சலாக வந்தது. ஏன் இப்படி அழுகிறாள்? யாரோ இறந்துப்போன மாதிரி! மாமி எப்பொழுது கிளம்பிப் போனாள் என்று தெரியவில்லை, நான் மறுபடி தூங்கிப் போனேன்.

இரண்டு மூன்று நாள் நல்ல காய்ச்சல் அடித்து ஓய்ந்தபோது உடம்பு சக்கையாகத் துவண்டு போயிருந்தது, ருக்மிணி மாமி

வந்ததும் அழுததும் ஒரு கனவாக எனக்கு மறந்து போயிற்று. என் ஜுரத்தைப் பற்றின தீவிர கவலையில் அம்மாவும் சொல்ல மறந்துப் போனாள் என்று தோன்றிற்று.

அலுவலகத்திலிருந்து வந்த தபால்களை அப்பா கொண்டுவந்து கொடுத்து, “எப்படிம்மா இருக்கே?” என்றார் கனிவுடன்.

“ஃபைன்!” என்று நான் சிரித்தேன். கொஞ்சம் வீக்கா இருக்கு. நாளையிலேந்து ஆபீஸ் போக ஆரம்பிச்சா சரியாயிடும். வீட்டிலே இருந்தா அசதி அதிகமாகும்.”

அப்பாவின் கையில் சின்ன காஸ்ட் ரெக்கார்டர் இருந்தது. அதைப் பிளக்கில் பொருத்தியபடி “பாட்டு கேட்கறியா?” என்றார்.

“உம்” என்றேன் நான், தபாலைக் கவனித்தபடி, சங்கராபரண ஆலாபனை கம்பீரமாக வெளிப்பட்டபோது “யாரு மகாராஜபுரம் சந்தானமா? ஏது காஸட்?” என்றேன்.

“யாரோ நாணாவாமே அவன் கொண்டு வந்து கொடுத்தான்.”

“அவன் எப்ப வந்தான்?” என்றேன் வியப்புடன்.

“முந்தாநாள் போன் பண்ணினான். உனக்கு ஜுரம்னு சொன்னதும் நேத்து வந்தான். நீ தூங்கிண்டு இருந்தே. அவளைத் தொந்தரவு செய்ய வேண்டாம், இந்தக் கேஸட்டை கொடுங்கோன்னு போயிட்டான்.”

நான் வியப்புடன் புன்னகைத்தேன்.

“யாரும்மா அவன்?”

“ஸ்கூல்லே என்னோடு படிச்சவன். இப்ப திடீர்னு எங்கிருந்தோ முளைச்சிருக்கான். இத்தனை வருஷங்களுக்கு அப்புறம் நெத்தியிலே சந்தனப் பொட்டும் நாக்கிலே கர்நாடக சங்கீதமும்மா.”

“அதனாலே என்னம்மா தப்பு?”

“தப்புன்னு சொன்னேனா?” என்று நான் சிரித்தேன். “வேடிக்கையாக இருக்கு அவனைப் பார்க்க, இங்கிலீஷ்காரன்

மாதிரி இங்கிலீஷ் பேசுவான். இப்ப சுத்தத் தமிழிலேயே வேணும்னே பேசறான். எத்தனையோ விதமான வக்கிரங்களிலே இது ஒண்ணு!"

"இதெல்லாம் வக்ரம்னு எப்படிச் சொல்றே?" என்றார் அப்பா. திடீர்க் கடுமையுடன், பிறகு நான் சற்றும் எதிர்பாராத கேள்வியைக் கேட்டார்.

"சதீஷோடு மறுபடியும் தொடர்பு வெச்சிண்டிருக்கியா என்ன?"

வகையாகப் பிடிபட்டதுபோல் நான் கூசிப் போனேன்.

வக்கிரம் என்றதும் அப்பாவுக்கு சதீஷின் ஞாபகம்தான் வரும் என்று எனக்கு மின்னலைப்போல எண்ணம் தோன்றிய அந்த விநாடியிலும் அவரது கேள்வி ஏற்படுத்திய தாக்கத்தில்தான் சற்று நிலைகுலைந்து போனேன். இதை சமத்காரமாகத்தான் எதிர்க்கொள்ள வேண்டும் என்கிற நினைப்பில்.

"ஏன் கேட்கிறீர்கள்" என்றேன். அப்பாவின் நெற்றியில் படிந்த கோடுகளில் தெரிவது கோபமா?, கடுமையா?, கவலையா? அல்லது எல்லாமா? என்ற ஆராய்ச்சியில் நான் இருந்தேன்.

"அவனோடு உன்னைப் பார்த்ததா எனக்கு ஒருத்தர் சொன்னார், டைவோர்ஸ் ஆனா மாதிரியே தெரியல்லே, சந்தோஷமா சிரிச்சுண்டு இருந்ததைப் பார்த்தா வேறு மாதிரி தோணித்துன்னார்."

"வேற மாதிரின்னா?"

"காதலர்கள் மாதிரி" என்றார் அப்பா ஆங்கிலத்தில், அதை அன்னிய மொழியில்தான் கூச்சமில்லாமல் சொல்ல முடியும் என்று நினைத்தவர் போல.

நான் வாய்விட்டுச் சிரித்தேன். "யார் சொன்னது? ருக்மிணி மாமி மாதிரி ஓர் ஆண்பிள்ளையா?"

"இல்லே, என்னோடு வேலை செஞ்ச ஹரீஷ் கௌல்." அவள் பார்வை கூர்மையானது.

அப்பா கிட்டத்தட்ட முரளியை ருக்மிணி மாமி கண்டிக்கும் தோரணையில் பேசினார். சதீஷிடம் உண்மையிலேயே காதல் வசப்பட்டிருந்த நாட்களில் நான் அவனுடன் ஊர் சுற்றிய போதுகூட அப்பா இப்படிப் பேசியதில்லை என்று நினைவு வந்தது. நிலைமையின் அபத்தத்தை நினைத்து எனக்கு வேறு சமயமாக இருந்தால் சிரிப்பு வந்திருக்கும். இன்று இனம்புரியாத சங்கடம் அரண் போட்டது.

"மறுபடி அவளோடு போக்குவரத்து வெச்சுண்டிருகியா?" என்றார் அப்பா பொறுமை இல்லாமல்.

"நானா வெச்சுக்கல்லே" என்றேன் மெல்லிய குரலில். "அவன்தான் ஊருக்கு வரும்போதெல்லாம் விடாமத் தொந்திரவு பண்றான். டைவோர்ஸ் ஆனா என்ன, ஃப்ரெண்ட்ஸா இருக்கக் கூடாதா? என்கிறான். தொந்தரவு பொறுக்க முடியாம போய்ப் பார்த்தேன் இந்தத் தடவை."

அப்பாவின் கண்களில் சந்தேகமும் கவலையும் நிழலாடின. பிறகு நிதானமாகக் கேட்டார்.

"ஏம்மா இந்த விஷப்பரீட்சை?" நான் தலையைக் குனிந்துக்கொண்டேன், எத்தனை சத்தியமான வார்த்தை இது என்று நெஞ்சு துணுக்குற்றது. அப்பாவின் முன் நான் பலவீனப்பட்டு நிற்பது என்னை வெட்கப்படுத்திற்று.

"என்னப்பா செஞ்சிடுவான் அவன்?" என்று இப்பொழுது அட்டகாசமாகக் கேட்க முடியாது.

"கவலைப்படாதீங்கோ, இனிமே அவனைப் பார்க்கச் கூடாதுன்னு தீர்மானிச்சுருக்கேன்."

அப்பா சற்றுநேரம் ஏதும் பேசாமல் டேப்ரெக்கார்டரைப் பார்த்தபடி நின்றார். டேப் சுழல்வது நின்றிருந்தது.

"நா உனக்குப் புத்தி சொல்ல வேண்டியதில்லே, நீ சின்னப் பெண் இல்லே, அவனோடு ஏற்கெனவே அனுபவப்பட்டவ."

நான் கண்ணை மூடியபடி தலையணையில் சாய்ந்துபடுத்தேன். இனிமேல் இந்தப் பேச்சு வேண்டாம் என்கிற சமிக்கையில்.

“நீ அவன்கிட்டக் கடுமையாவே நடந்துக்கறது தான் நல்லது. கொஞ்சம் சினேகிதம் காண்பிச்சே. உன்னை, மடிச்சுப் பைக்குள்ளே போட்டுண்டுவான்.”

அப்பா விடமாட்டார் போலிருந்தது. என்னுடைய பலவீனங்களை அறிந்திருந்ததாலேயே பிடிவாதத்துடன் பேச்சை வளர்க்கிறார் என்று தோன்றிற்று.

“கடுமையா நடந்துக்க முடியல்லே” என்றேன். கண்களைத் திறக்காமல், தொண்டைகம்மி, இமைகளுக்குள் நீர் கசிந்தது. “திரும்பத் திரும்பக் கூப்பிடும்போது, சரி போய் பார்த்துப் பேசிறதினாலே என்ன குறைஞ்சிடும்னு போனேன்.”

“போகல்லேன்னா என்ன ஆயிடும்? அவன் கோபத்தைக் கண்டு பயப்படறியா? மறுபடி மறுபடி அவமானப்படப் போறியா?”

அதற்குமேல் எனக்குத் தாங்கவில்லை. குப்புறப் படுத்துத் தலையணையில் முகத்தைப் புதைத்துக் கொண்டேன். ஜுரத்தினால் உடம்பு மட்டும் பலவீனப் பட்டிருக்கவில்லை. மனசும் பலவீனப்பட்டிருந்தது. அடி வயிற்றிலிருந்து துக்கம் சுருண்டு எழுந்து கண்ணீராய் பெருகிற்று. அப்பாவின் எதிரில் குழந்தையாக மாறிப்போன கூச்சம் ஏதும் இல்லாமல் அழுகை வந்தது. சாதாரணமாக எனக்குக் கண்ணில் நீர் வராது. முக்கியமாக மற்ற பெண்களின் எதிரில் கண்ணீர் விட்டதில்லை. அசம்பாவி, சுயநலக்காரி என்கிற பெயர்கூட அவர்களிடையே எனக்கு உண்டு. ஆனால் அப்பா ஒரு விதிவிலக்கு, அவரிடம் நான் முகமூடி அணிய முடியாது. அவருக்கும் எனக்கும் இடையே இருக்கும் நெருக்கம் வெறும் உணர்ச்சி பூர்வமானது இல்லை. அறிவார்த்தமானது. பி.ஏ. பரீட்சையில் நன்றாக விடை தெரிந்த ஒரு கேள்விக்கு எனது பரபரப்பில் வேறு ஒரு விடையை எழுதிவிட்டு, வீட்டுக்கு வந்து என் தப்பை உணர்ந்ததும் அப்பாவிடம் ‘ஓ’-வென்று அழுதேன். அப்பா கொஞ்சமும்

கருணையில்லாமல், "அசட்டுத்தனம் செய்துவிட்டு இப்ப அழுது என்ன பிரயோஜனம்?" என்றார்.

இன்றும் என் அழுகையின் காரணம் தெரிந்தால், அதே வார்த்தைகளைச் சொல்லலாம். "அழுது என்ன பிரயோஜனம்?" அப்பாவின் கை லேசாக என் குலுங்கும் முதுகைத் தொட்டது. "உஷ், ஏம்மா அழறே?" என்றார் கனிவுடன்.

சட்டென்று நான் சுதாரித்துக் கொண்டேன். முகத்தைக் கைத்துண்டினால் அழுந்தத் துடைத்துக்கொண்டு திரும்பிப் படுத்துப் புன்னகைத்தேன்.

"என்னை அவன் இனிமே அவமானப்படுத்த முடியாதுப்பா!"

எனக்கு நானே தைரியம் சொல்லிக் கொள்வதுபோல் இருந்தது.

"குட்!" என்றார் அப்பா. "எதுக்கும் நீ ஜாக்கிரதையா இருக்கணும்."

"இருப்பேன்" என்றேன். மீண்டும் கண்களை மூடிக்கொண்டு.

ஐந்து ஆறு வயதில், அப்பாவுடன் இரவில் படுக்கையில் ஒண்டிக்கொண்டு "கதை சொல்லுப்பா" என்று தொந்தரவு படுத்தும்போது, "கதை சொன்னா சமர்த்தா இருப்பியா?" என்பார் அப்பா. அது ஏதோ மிகக் கடினமான ஷரத்துபோல். அப்பொழுதெல்லாம் இப்படித்தான் கண்ணை மூடிக்கொண்டு சொல்வேன்.

"இருப்பேன்."

ரோஸ்லிண்ட் தினமும் போன்செய்து என் உடல்நிலையைப் பற்றி விசாரித்தாள்.

"உன்னைப் பார்க்க வேண்டும்போல் இருக்கிறது. ஆனால் ஆபீஸ் முடிந்து நீ இருக்கும் இடத்துக்கு வருவதற்குள் இருட்டிக் குளிர ஆரம்பித்துவிடும். அதனால்தான் வர முடியவில்லை" என்றாள்.

“நீ சிரமப்பட்டுக் கொண்டு இங்கு வரும்படியாக எனக்கு ஒரு கேடும் இல்லை. திங்கட்கிழமை ஆபீசுக்கு வந்துடுவேன் கவலைப்படாதே” என்றேன்.

“நீ எப்படி இருக்கே?”

“ஃபைன்!” என்றால் மிகையான உற்சாகத்துடன், தூக்கம்தான் குறைந்து வருகிறது.”

சங்கடத்துடன் நான் மௌனமானேன். “சிகிச்சைக்குத் தப்பாமல் போய் வருகிறாயா?” என்றேன் மெல்ல!

“ஓ! அதெல்லாம் தப்பாமல் நடக்கும். நீ திங்கட்கிழமை ஆபீசுக்கு வா, நா ஒரு பிளான் போட்டிருக்கேன்” என்றாள் அதே உற்சாகத்துடன்.

“என்ன பிளான் சொல்லு!”

“திங்கட்கிழமை! அதற்கு முன்னால் சொல்ல மாட்டேன்” என்று அவள் சிரித்தாள், சின்னப் பெண்ணைப் போல.

“அதுவரை நான் உயிரோடு இருப்பேனோ இல்லையா ரோஸ்லிண்ட்!”

“அப்ப இப்பச் சொல்லி என்ன ஆகணும்?” என்றாள் அவள் விடாமல் பூடகமாக, அவள் சதீஷைப் பற்றியே பேசாதது சமாதானமாக இருந்தது. என் வாழ்வின் முடிந்துப்போன அத்தியாயம் அவன் என்பது அவள் பூரணமாக நம்புவதன் அடையாளம் மட்டும் இல்லை. நானும் அப்படி நம்ப வேண்டும் என்று அவள் எதிர்பார்க்கிறாள். சதீஷைப் பார்க்கச் சென்றதை அவளிடம் சொல்லாமல் இருப்பதுதான் புத்திசாலித்தனம் என்று நினைத்துக் கொண்டேன்.

நாணாவின் விசிட்டிங் கார்டைத் தேடிப்பிடித்து அவனுக்கு டெலிபோன் செய்தேன்.

“ஆ எப்படியிருக்கே மைதிலி?” என்றான் அக்கறையுடன், “நான் உன்னைப் பார்க்க வந்த அன்னிக்குக் கண் முழிக்காம படுத்திருந்தே 104 டிகிரி ஜுரத்திலே.”

"அப்பா சொன்னார் நீ வந்திருந்தேன்னு. ரொம்ப தாங்க்ஸ் நாணு காஸ்ட்டுக்கு."

"நாட் அட் ஆல், நீ கேட்டு ரசிச்சா எனக்கு சந்தோஷம், உடம்பு எப்படியிருக்கு?"

"இப்ப ஜுரமில்லே, திங்கட்கிழமையிலேருந்து ஆபீசுக்குப் போவேன்."

"நல்லவேளை. கச்சேரிக்கு வந்த மறுநாளிலேந்து உனக்கு ஜுரம்னு கேள்விப்பட்டதும், நான்தான் ஏதோ தப்பு பண்ண மாதிரி எனக்குக் குறுகுறுத்தது. இனிமே கச்சேரின்னாலே நீ வரப் பயப்படுவியோன்னு நினைச்சேன்."

நான் சிரித்தேன்.

"நீ நினைக்கிற அளவுக்கு நான் பயந்தாங்குளியில்லே நாணா!"

"இனிமேயும் கூப்பிடலாமா? உன்னைத் தைரியமா?"

"தாராளமா!"

"ரொம்ப தாங்க்ஸ் மைதிலி" என்றான் மகிழ்ச்சியுடன், அவனே பாடப் போகும் கச்சேரிக்கு நான் வருவதாக ஒப்புக் கொண்டது போல.

நான் சிரித்த முகத்துடன் போனைக் கீழே வைக்கும்போது, "யாரோட தமிழ்லே பேசறே?" என்றாள் அம்மா.

"நாணா!" என்று நான் சிரித்தேன், "ஸ்கூல்லே என்னோடு படிச்சவன். திடீர்னு எங்கேயிருந்தோ வந்து முளைச்சு நிக்கறான் தமிழே அவன் பேசி நான் கேட்டதில்லே". இப்பத் தமிழ்லேதான் பேசறான். கர்நாடக சங்கீதக் கச்சேரிகள் ஏற்பாடு பண்ண நான் கொஞ்சம் கிறுக்கு வேர்களைத் தேடறானாம். தான் யார் என்கிற ஆராய்ச்சிலே இருக்கானாம்!"

அம்மாவுக்கு என் பேச்சு ஹாஸ்யமாகப் படவில்லை என்று எனக்குப் புரிந்தது. "இதிலே சிரிக்க என்ன இருக்கு?" என்றாள்.

“ஹாஸ்யம்னு நா சொல்லல்லே. நாம கவலைப்பட வேண்டிய விஷயங்கள் என்னென்னவோ நடக்கிறது தேசத்திலே, அதுக்கு இடையிலே 'நான்' என்கிற விஷயம் தூசுக்குச் சமானம்.”

அம்மா அதற்குச் சிரித்தாள். இதுதான் ஹாஸ்யம் என்பதுபோல.

“ஏம்மா சிரிக்கிறே? நா சொல்றது அபத்தமா இருக்கா?”

“அபத்தம்னு சொல்லல்லே, எதிர்பாராத சமயத்திலே ரொம்ப பெரிய விஷயங்களைப் பேசறே, வேதாந்தி மாதிரி.”

“இது வேதாந்தம் இல்லை, விவேகம். உலக ஞானம். அந்த ஞானம் வரும்போது சுயநல யோசனை வராது. என்னுடைய பிள்ளை கிறிஸ்துவப் பெண்ணைக் கல்யாணம் செய்துண்டா என் குலதர்மம் பாழாயிடும்னு பயம் ஏற்படாது.”

“பாவம் ருக்மிணி!” என்றாள் அம்மா மிருதுவாக, அவளைப் பழிக்காதே. அவளுடைய துக்கத்தை உன்னாலே புரிஞ்சுக்க முடியாது, என்னமா அழறா தெரியுமோ?”

நான் பதில் பேசவில்லை. இது மிகப்பெரிய சர்ச்சைக்கான விஷயம் என்று எனக்குள் ஆயாசம் ஏற்பட்டது.

“இந்த ஞாயிற்றுக்கிழமை அவன் அந்தப் பெண்ணை ரிஜிஸ்டர் கல்யாணம் செய்துக்கப் போறானாம்! அதோடு எனக்கும் என் பிள்ளைக்கும் உறவு விட்டது” என்கிறாள் ருக்மிணி.

நான் அதிர்ச்சியுடன் அம்மாவைப் பார்த்தேன்.

“என்னம்மா இது, அத்தனை விபரிதமாகப் பேசறா மாமி, தில்லியிலே இருக்கிறவ?”

“ஆமாம் தில்லியானா என்ன, அமெரிக்காவானா என்ன, என் சம்ஸ்காரத்தை நா ஏன் மாத்திக்கணும்கறா அவ. நா ஏன் தழைஞ்சு போகணும் என்கிற பிடிவாதமும் இருக்கும்.”

“பிள்ளை வேண்டாம் என்கிற அளவுக்கா?”

எனக்குத் தாங்கவில்லை, அதனால்தான் எவ்வளவு அழுகிறாள் மாமி. ஏதோ சாவு நடந்ததைப்போல். கொலை

செய்வதைத் தவிர, வேறு வழியில்லை என்கிற துக்கம் அது. வாசலில் வந்து யாரையோ கவனிக்க அம்மா எழுந்து போனாள். நான் பெரிய குழப்பத்தில் ஆழ்ந்தேன். "புத்" என்கிற நகரத்திலிருந்து தன்னை மீட்பான் புத்திரன் என்கிற ஒரே காரணத்துக்காக முரளியைப் பெற்றதாக மாமி நினைக்கிறாளா? தனது சம்ஸ்காரத்தை தொடர மட்டுமே அவன் உபயோகம் என்று நினைக்கறாளா? அதற்கெல்லாம் எப்பொழுது உபயோகமற்றுப் போனானோ, அப்போது அவனுடைய உறவும் உபயோகமற்றது என்று நினைக்கிறாளா? அப்படி நினைப்பதுகூடச் சாத்தியமா?

நான் திரும்பத் திரும்ப திடுக்கிட்டேன். அப்படிப்பட்ட கடுமையும் விரோதமும் மனசில் புகுந்துக்கொள்ள வேண்டுமானால் அடிப்படையில் ஏதோ கோளாறு இருக்க வேண்டும். ருக்மிணி மாமியின் தோளைப் பிடித்து உலுக்க வேண்டும் போலிருந்தது. விழித்துக் கொள்ளுங்கள்!

"வெள்ளை விளிசங்கின்படி பேரரவம் கேட்டிலையோ?
பிள்ளாய்! எழுந்திராய்...
ஈதென்ன பேருறக்கம்!"

"என்ன சொல்றே?" என்றாள் அம்மா.

"திருப்பாவை" என்று நான் சிரித்தேன். "திருப்பள்ளி எழுச்சிப்பாடராளே தவிர, மாமியே இன்னும் தூங்கின்டிருக்கிற மாதிரி இருக்கு."

"ருக்மிணி காதுபட இப்படியெல்லாம் பேசாதே. ரொம்ப மேதாவித்தனமான பேச்சுன்னு சொல்லுவா, அதைத் தவிர இதிலே கமண்ட் அடிக்க நமக்கு உரிமை இல்லை."

"கல்யாணத்துக்குப் போவியா?"

அம்மா திடுக்கிட்டு என்னைப் பார்த்துச் சிரித்தாள்.

"நன்னாயிருக்கு அவ அத்தனை வருத்தப்படும்போது நா போவேனா?"

சிநேகிதத்துக்குக் கொடுக்க வேண்டிய மதிப்புக்காகவே அம்மா ருக்மினியின் பக்கம் பேசுகிறாள் என்று தோன்றிற்று. மாமியின் மனதைச் சமாதானப்படுத்த அம்மா எடுத்த முயற்சிகள் தோல்வி அடைந்திருக்க வேண்டும்.

வெள்ளிக்கிழமை அன்று காலை நான் ஆபீசுக்குக் கிளம்பும் சமயத்தில் முரளி கல்யாணப் பத்திரிகை கொடுக்க வந்தான்.

“கூடப் பிறந்தவா வருவாளோ இல்லையோ, நீ அவசியம் வரணும் மைதிலி!” என்றபோது உணர்ச்சி வயப்பட்டான்.

“அவசியம் வரேன் முரளி!” என்று அவன் தோளை அணைத்துச் சொன்னேன்.

ஞாயிற்றுக்கிழமை அன்று நான் என்னை தயாரித்துக்கொண்டு கிளம்பியதும் அப்பாவும் கிளப்பினார். “ரெஜிஸ்டர் கல்யாணம் ஆனாலும், ஆசீர்வாதம் பண்ண பெரியவா வேண்டாமோ?” என்றார் கண்ணை சிமிட்டி.

கல்யாண ஹாலில் நான் நுழைகையில் “வாங்கோ” என்று முரளியின் அப்பா பலமாக வரவேற்றதும், நான் சந்தோஷத்தில் திக்குமுக்காடிப் போனேன். “மாமி வந்திருக்காளா?” என்றேன் ரகசியமாக.

“வரல்லே” என்றார் சுருக்கமாக. “பைத்தியக்காரியை என்ன செய்ய முடியும்?” வியப்புடன் அவரை நிமிர்ந்து பார்க்கும்போது, ஐயோ பாவம் மாமி என்று தோன்றிற்று.

ரோஸ்லிண்டின் முகத்திலும் கண்களிலும் அலாதியான பளபளப்புத் தெரிந்தது. சிவந்த உதடு உற்சாகமாகப் புன்னகையில் விரிந்திருந்தன. நான் யோசனையுடன் அவளைப் பார்த்தேன்.

“உன்னால் முடியுமா ரோஸ்லிண்ட்?” என்றேன். திரும்பத் திரும்பக் கேட்பது அவளுக்கு எரிச்சலை ஊட்டும் என்று உணர்ந்தும், அதிசயமாக அவளுக்குக் கோபம் வரவில்லை. மாறாகச் சிரித்தாள்.

“மிஞ்சிப் போனால் என்ன ஆகிவிடும் என்று நினைக்கிறாய்? தில்லியைப் போன்று ஒரு கான்க்ரீட் பாலைவனத்தில் சாவதைவிட இமயத்தில் சாவது உயர்வானது. சொர்க்கத்தைச் சுலபமாக எட்டிவிடலாம்!”

அது ஏதோ ஹாஸ்யம்போல அவள் சிரித்தாள் எனக்குச் சிரிப்பு வரவில்லை சென்ற வாரம் அவள் என்னுடைய திட்டத்தைச் சொன்னபோது நான் திடுக்கிட்டேன், கிறிஸ்துமஸ் சமயத்தில் சிக்கிமிற்குச் சென்று கஞ்சன் ஜங்காவைப் பார்க்கப் போகலாம் என்றாள். எல்லா ஏற்பாடுகளையும் நான் செய்கிறேன், நீ என்னோடு வந்தால் போதும் என்றாள்.

“கஞ்சன் ஜங்காவா இந்தச் சமயத்திலா?” என்றேன்.

“வேறு எந்தச் சமயத்தில் இனிமேல் என்னால் போக முடியும் என்கிறாய்?”

நான் அவளுக்குப் பதில் சொல்ல முடியாமல் திகைத்தேன்.

“போகவேண்டிய அவசியம் என்ன ரோஸ்லிண்ட்?” என்றேன் மென்மையாக.

“ரொம்ப அவசியம்” என்றாள் அழுத்தமாக. “கஞ்சன் ஜங்காவைப் பார்க்கவில்லையே என்கிற தாபத்துடனேயே செத்துப் போவது என்னுடைய ஆத்மாவுக்கு நல்லதல்ல.”

அவள் தனது சாவைப் பற்றிப் பேசும்போதெல்லாம் என்னுள் ஏதோ கழண்டு போகிறது. அடிவயிற்றில் வில்லிப்பு ஏற்படுகிறது. கழுத்து முழுவதும் சுற்றியிருந்த அவளது ஸ்கார்ஃபைப் பார்த்தபடி. நான் என் சங்கடத்தை மறைக்கும் யத்தனத்தில் சிரித்தேன்.

“ஆத்மாவை எதுவும் பாதிக்காது ரோஸ்லிண்ட். அப்படித்தான் இந்தியத் தத்துவம் சொல்கிறது.”

“பாதிக்கும். என் மனதுக்கும் அதற்கும் சம்பந்தமில்லை என்று என்னால் ஏற்றுக்கொள்ள முடியாது. நான் திருப்தியுடன் செத்தால் அது சந்தோஷமாக இருக்கும்.”

இது ஒரு பைத்தியக்கார விவாதம்போல எனக்கு எரிச்சல் ஏற்பட்டது. இவளுடைய உடல் நிலையில் இந்த டிசம்பர் குளிரில் மலைப்பிரதேசத்துக்கு அதுவும் கஞ்சன் ஜங்காவுக்குப் போவதாவது? என்னுடைய அம்மாவைப் பெற்ற பாட்டியின் நினைவு வந்தது. எழுபது வயதுக்குப் பிறகு திடீரென்று காசிக்குப் போக வேண்டும் என்று பிடிவாதம் பிடித்தாள். "போகலேன்னா, நான் செத்தப்புறம் என் நெஞ்சு வேகாது" என்றாள். நான் அப்போது கல்லூரியில் படித்துக் கொண்டிருந்தேன். பாட்டியிடமிருந்து வந்த கடிதத்தை அம்மா படித்துக் காட்டியபோது எனக்குச் சிரிப்பு வந்தது. பாட்டி தமிழ்நாட்டு எல்லையைத் தாண்டியதில்லை. தாத்தா சாகும்வரை கும்பகோணத்தை விட்டுக் கிளம்பியதில்லை. எத்தனையோ காலமாய் அந்தக் குறையை அவள் சுமந்திருக்க வேண்டும். போகிற, வருகிறவர்களிடமெல்லாம் "காசிக்குப் போகணும்" என்பாளாம். காசி எத்தனை தொலைவில் இருக்கிறது என்று குத்துமதிப்பாகக் கூட அவளுக்குத் தெரிந்திருக்காது. அவளுடைய இரண்டு பிள்ளைகளுக்கும் அவளை அழைத்துப் போக நேரம் கிடைக்கவில்லை. அவளைத் தனியாக அனுப்பவும் தைரியம் இருக்கவில்லை. கடைசியில் காசியைப் பார்க்காமலேயே பாட்டி இறந்துப் போனாள்.

என் நெஞ்சு வேகாது என்று சொன்ன பாட்டிக்கும் ரோஸ்லிண்டிற்கும் அதிக வித்தியாசம் இல்லை என்று தோன்றிற்று.

"இத்தனை நாள் இல்லாமல் இப்பொழுது என்ன திடீர் என்று கஞ்சன் ஜங்காவைப் பற்றின யோசனை ரோஸ்லிண்ட்?"

"திடீர் யோசனை இல்லை. இரண்டு வருடங்களுக்கு முன்பே செய்த யோசனை. 1992 இறுதியில் கஞ்சன் ஜங்காவுக்குப் போக வேண்டும் என்று ப்ளான் செய்து வைத்திருந்தேன்."

"அது சரிதான். உடம்புக்கு வரும் என்று அப்போது தெரியுமா?"

ரோஸலிண்டின் முகம் சுண்டிப் போயிற்று.

“என் உடம்பைப் பற்றி ஞாபகப்படுத்தாமல் இருக்க மாட்டாயா தயவுசெய்து?” என்றாள் கடுமையாக. “நான் அதை மறக்கப் பார்க்கிறேன் டாமிட்!”

“ஸாரி” என்றேன் நான் தலையைக் குனிந்துக்கொண்டு, “ஆனால் நீ அதை மறக்கக் கூடாது.”

அவள் சற்றுநேரம் பேசாமல் இருந்தாள். பிறகு கண்களை மூடியபடி சோர்வுடன் தலையைப் பின்னால் சாய்த்து அமர்ந்தாள். வெள்ளை நிறம் சோகையில் அதிகமாக வெளுத்திருந்தது. நாள்களை எண்ணிக் கொண்டு அமர்ந்திருக்கும் வேளையில் இப்படிப்பட்ட பரிதவிப்புதான் இருக்கும் என்கிற உணர்வில் என் கண்கள் பனித்தன.

அவள் சற்றுப் பொறுத்து கண்களைத் திறந்து நிமிர்ந்து உட்கார்ந்து புன்னகை செய்தாள்.

“உனக்கு ஒரு விஷயம் புரியவில்லை” மைதிலி. என் உடம்பைப் பற்றின நினைவு இருப்பதனாலேயேதான் அவசரப்படுகிறேன். இந்தப் பயணத்தினால் முடிவு சீக்கிரம் வந்து விடுமானால் வரட்டுமே! அது நல்லதில்லையோ?”

இவளுடைய இந்தத் தீவிரத்தைக் கட்டுப்படுத்துவது என் கையில் இல்லை என்கிற சோர்வுடன், “உன் டாக்டர் அனுமதி கொடுத்தால் போகலாம். அதுவரை எந்தப் பிளானும் போடாதே” என்றேன். அதற்குப் பிறகு ஒரு வாரத்திற்கு அவள் எதுவும் பேசாததால் கஞ்சன் ஜங்கா யோசனை ரத்தாகி விட்டது என்று நினைத்திருந்தேன்.

“டாக்டர் அனுமதி கொடுத்து விட்டார் மைதிலி என்கிறாள் இன்று. சரி அதற்குமேல் உனக்கு என்ன வேணும்? நீயே வேண்டுமானால் என் டாக்டரைக் கேட்டுப் பார்.”

அவளுடைய உற்சாகமும் முகத்தில் தெரிந்த பிரகாசமும் நம்ப முடியாததாக இருந்தது. உடனடியாக மேஜையில் இருந்த

காகிதத் துண்டின் குண்டு குண்டான கையெழுத்தில் டாக்டரின் பெயரும் டெலிபோன் நம்பரும் எழுதி வைத்தாள்.

“இந்த சனிக்கிழமை கிளம்பத் தயாராக இரு” என்றபடி விருக்கென்று எழுந்தாள். “இனிமேல் எந்தக் கேள்வியும் கேட்காதே, என்னைப் பற்றிக் கவலைப்படாதே. இந்த ட்ரிப் உனக்கே நல்லது. இயற்கையோடு இயற்கையாக சங்கமிக்கும்போது எல்லா பைத்தியக்காரப் பிரமைகளும் விலகிப்போகும். இந்த விநாடி யாருக்குமே சாசுவதமில்லை என்று புரியும், காம்போஸ் இல்லாமலே தூக்கம் வரும்.”

ரோஸ்லிண்ட் அசாதாரணமானவள் என்கிற பிரமிப்பு எனக்கு எப்பவும் உண்டு. இப்பொழுது அவளுள் இருக்கும் தெய்வாம்சம் வெளிப்படுவதுபோல் எனக்கு சிலிர்த்துப் போயிற்று. அவள் அகன்றதும் அவளுடைய டாக்டருடன் தொடர்பு கொண்டேன்.

“இனிமேல் அவளுடைய எந்த ஆசையையும் தடுப்பதில் பிரயோஜனமில்லை” என்றார் அவர் பளிச்சென்று. “போய்விட்டு வரட்டும். பயணம் சிரமமாக இருந்தாலும் தாங்கிக்கொள். நம்பமுடியாத மனோ தைரியம் அவளுக்கு.”

“எமர்ஜென்சி நிலை ஏதாவது ஏற்பட்டால் என்ன செய்ய வேண்டும்?”

“காங்டாக்கில் எனக்குத் தெரிந்த ஒரு டாக்டர் இருக்கிறார். அவரிடம் அழைத்துப் போங்கள். நான் ரோஸ்லிண்டிடம் எல்லா விவரங்களும் தருகிறேன்.”

இதற்குமேல் ஏதும் சொல்ல எனக்கு அருகதையில்லாததால் ரோஸ்லிண்டின் பயணத் திட்டத்திற்கு ஒப்புக் கொண்டேன்.

“இத்தனைக் குளிர்லேயா?” என்றார் அப்பா கவலையுடன். “உடம்பு நன்னாயிருக்கிறவாளுக்கே விறைச்சுப் போகுமே? நீயும் இப்பத்தான் ஜுரம் வந்து படுத்து எழுந்திருக்கே!”

“எனக்கு ஒண்ணுமில்லை, நன்னாத்தானே இருக்கேன்? ரோஸ்லிண்ட் குளிர் தாங்கிக்குவா. வெள்ளைக்கார ரத்தம்னா

ஓடறது அவளுக்குள்ளே! கஞ்சன் ஜங்கா பார்க்கல்லேன்னா அவ நெஞ்சு வேகாதாம்."

அம்மாவின் முகத்தில் லேசாகப் புன்னகை மலர்ந்தது ஏதோ சதாபகத்தில், பார்வை எங்கோ நிலைத்திருந்தது.

"எங்கம்மா காசியைப் பார்க்காமயே செத்துப் போனா தெரியுமோ? அவ சொத்துப்போன செய்தி கிடைச்சப்போது எனக்கு அதுக்காகத்தான் அதிக துக்கமா இருந்தது. இப்பவும் அதை நினைக்கும்போதெல்லாம் ஒரு குத்த உணர்வு ஏற்படறது."

ரோஸ்லிண்ட் கஞ்சன் ஜங்காவைப் பார்க்காமலேயே இறந்துப் போனால் எனக்கும் அப்படிப்பட்ட குற்ற உணர்வு ஏற்படலாம். ஆனால் முன்பின் போயிராத ஜன சஞ்சாரமில்லாத மலைப்பிரதேசத்தில் அவளுடைய நிலை ஆபத்தாகிப் போனால் நான் என்ன செய்வேன்? எப்படிச் சமாளிப்பேன்? மேலிருந்து இறங்கி காங்டாக் வந்து சேருவதற்கே ஒரு நாள் வேண்டும் என்று விவரம் அறிந்து குழம்பிப் போனேன்.

திடீரென்று ஒருநாள் மதியம் நாணா ஆபீசுக்கு வந்தான். அவனிடம் எதற்குச் சொல்கிறேன் என்றே விளங்காமல் என் குழப்பத்தைத் தெரிவித்தேன். அவன் சற்றுநேரம் யோசித்துவிட்டு, "உனக்கு உதவியாயிருக்கும்னா நானும்கூட வரேன்" என்றான்.

நான் வியப்புடன் அவனைப் பார்த்தேன். அவன் வந்தால் எத்தனை நிம்மதியாக இருக்கும் என்று மனசு அவசரமாகக் கணக்குப் போட்டது. ஆனால் ரோஸ்லிண்ட் என்ன சொல்வாள் என்று தெரியாது. தனிமையான அனுபவத்திற்காகச் செல்பவள் மூன்றாம் மனிதனின் தலையீட்டை விரும்புவாளா? என்று எனக்குச் சந்தேகமாக இருந்தது.

"நீ வந்தா எனக்கு ரொம்ப சந்தோஷமா இருக்கும் நாணா, ரோஸ்லிண்டைக் கேட்டுச் சொல்றேன்."

"வேண்டாம் அவசியமில்லே. அவளுடைய உடம்பைப் பற்றி நீ விளம்பரப்படுத்தறதா அவ நினைக்கலாம், நானா வர்ற மாதிரி

வரேன். எந்த இடத்திலே தங்கப் போறீங்கன்னு சொல்லும் போரும்."

ரோஸ்லிண்ட் எனக்கு டைப் அடித்துக் கொடுத்திருந்த பயண விவரங்களை அவனிடம் கொடுத்தேன்.

"குட்! நா பார்த்துக்கறேன். கவலைப்படாதே" என்றான் புன்னகையுடன்.

இன்றும் கோபி இருந்தது நெற்றியில்.

சாட்சாத் நாராயணனைபோல் தோன்றிற்று. எனக்கு நெகிழ்ச்சியுடன் சிரிப்பும் வந்தது.

"நாணா, நீ நிஜமாகவே ஆபத்பாந்தவன், அனாத ரட்சகன்!"

அவன் ஒரு காருண்ய பாவப் புன்னகையுடன் வலது கையால் அபயஹஸ்த முத்திரை காட்டி நின்றபோது நான் 'பகபக'வென்று சிரித்தேன். மனத்தின் பாதி சுமை குறைந்ததுபோல் இருந்தது. மாலை வீடு திரும்பும்போது நாணாவின் நினைவு வந்து அதரங்களில் புன்னகை மலர்ந்தது. அவனுடைய கிறுக்குத்தனத்துக்கு நான் பழகிவிட்டேன் என்று தோன்றிற்று. இத்தனை வருஷங்கள் காணாமல் போயிருந்தவன் இப்போது வந்து தொடர்புக்கொண்டு நெருங்கிப் பழகுவது விசித்திரமாக இருந்தது.

எந்த ஆதாயத்தையும் எதிர்பார்த்து அவன் பழகுவதாகப் படவில்லை. அவன் அவன் என்னைக் கவரக்கூட முயற்சி செய்யவில்லை, சினேகிதமாக இருப்பது தனது சுயதர்மம் என்று நினைத்து அதைக் கடைப்பிடிக்கிறானா என்று தோன்றிற்று. ஆனால் அதில் ஏதும் பாசாங்குத்தனம் இல்லை. இருந்தும் இவனிடம் எனக்குக் கவர்ச்சி ஏற்படவில்லை. சதீஷிடம் இப்பவும் ஏற்படுகிறது. அவன் எப்படிப்பட்டவன் என்று எனக்குப் பூரணமாகத் தெரிந்தும்.

எத்தனை வெட்கக்கேடான விஷயம் இது என்று நினைக்கும் போதெல்லாம் எனக்குப் பதைத்தது. என் உடலின்

வைப்ரேஷனுக்கும், என் அறிவிற்கும் தொடர்பே இல்லாமல் போவது எப்படி என்று திரும்பத் திரும்ப அதிர்ச்சி ஏற்படுகிறது.

காரை காரேஜில் நிறுத்தி வீட்டிற்குள் நுழைவதற்குள் மனசு சதீஷின் நினைவினால் சூம்பிப் போயிருந்தது. அழைப்பு மணி அடித்து கதவை அம்மா திறந்ததுமே வரவேற்பறையில் ருக்மிணி மாமி அமர்ந்திருந்தது கண்ணில் பட்டது. "ஓ நோ" என்று நான் அடிக்குரலில் சொல்லிக் கொண்டேன். இனிமேல் திரும்புவதென்பது முடியாது.

"ஹலோ மாமி" என்றேன் புன்னகையுடன். "எப்படி இருக்கேள்?"

மாமியின் முகம் வாடியிருந்தது. அழுதிருப்பாள் என்று தோன்றிற்று. அம்மா சங்கடத்துடன் என்னைப் பார்த்து, காப்பி கொண்டு வரேன் என்றுவிட்டு நழுவியபோது, எனக்கு அம்மாவின் மேல் எரிச்சல் ஏற்பட்டது.

"எப்படி இருக்கேன் பாரேன்" என்றாள் மாமி. "யாருக்கும் வேண்டாதவளா கடைசியிலே நாதான் கெட்டவளாப் போயிட்டேன் மைதிலி!"

மாமி தன்னுடைய புடவைத் தலைப்பு நுனியால் முகத்தை மூடிக்கொண்டு நான் சற்றும் எதிர்பாராத வகையில் குலுங்கிக் குலுங்கி அழ ஆரம்பித்தாள். என்ன செய்வது என்று புரியாமல் திகைத்து அவள் அருகில் அமர்ந்து அவள் தோளைப் பற்றினேன்.

"ஏன் மாமி அப்படிச் சொல்றேள்? அழாதிங்கோ" என்றேன் மெல்ல.

சட்டென்று மாமி என்னை அணைத்துக் கொண்டாள். ஏதோ ஒரு ஆதாரத்தைப் பற்றிக் கொள்ள வேண்டும் என்கிற உத்வேகத்தின் உந்துதலைப் போல மாமியின் நைந்த பட்டுப்புடவையிலிருந்து புளிக்காய்ச்சல் வாசனை வந்தது. சமையலறையின் ஞாபகம் வந்தது. நான் மெல்ல அணைப்பிலிருந்து என்னை விடுவித்துக் கொண்டேன்.

"என்ன மாமி? என்ன விஷயம் சொல்லுங்கோ, அழாதீங்கோ" என்றேன் மென்மையாக, மாமி தலைப்பால் முகத்தை துடைத்துக் கொண்டாள்.

"என்ன விஷயம்னு கேக்கறியே உனக்குத் தெரியாததா?" என்றாள் நிஷ்டூரத்துடன். "முரளி கல்யாணத்துக்குக்கூட நீ போயிருந்தே போலிருக்கே?"

"ஆமாம் மாமி, போயிருந்தேன். மாமாவைப் பார்த்தேனே?"

"ஆஹா, அவருக்கென்ன? ராஜாங்கமா போனார். எனக்கு எப்படி இருக்கும்னு கொஞ்சம்கூட யோசிக்காமே, பிள்ளை உறவு போயிடுமோன்னு பயந்துண்டு முப்பது வருஷமா சதர்மிணியா வாழ்ந்த ஒருத்தியுடைய உணர்ச்சியை மதிக்காம, 'நான் ரொம்ப நல்லவன், உங்கம்மாதான் பொல்லாதவள்னு' பறைசாற்றப் போனார்."

ஆக்ரோசத்தோடு சொன்னாள்.

"எனக்கு அது எப்படி இருந்ததுன்னு நினைக்கிறே? என்னுடைய ஆதாரமே காலை வாரிவிட்ட மாதிரி இருந்தது. அந்தப் பெண் என்னப் பத்தி என்ன நினைப்பா? துளியாவது மரியாதை தோணுமா? நம்மை நாமே எட்டி உதைச்சுக்கிற குணம் நமக்கு இருக்கிறதினாலேதான் இந்த தேசத்திலே இத்தனை அக்கிரமம் காலங்காலமா நடக்கிறது. அயோத்தியாவிலே கோவிலை இடிச்சு மசூதி கட்டினான் பாரு. மசூதியை இடிக்க நமக்கு தைரியம் இருக்கோ?"

நான் திகைப்புடன் மாமியைப் பார்த்தேன். மாமியின் வாதம், வேறு கோணத்திலிருந்து வருவதாகப்பட்டது.

மாமி என்னென்னவோ புலம்பி கொண்டுப்போனாள், மனித சரித்திரத்தை முன்னுக்கும் பின்னுக்கும் இழுத்தாள். குலாம் காதருக்கும் கோகுலாஷ்டமிக்கும் முடிச்சுப் போட்டாள். பகவத் கீதையை மேற்கோள் காட்டினாள். "உத்திஷ்ட அர்ஜுனான்னு பகவான் சொல்றார். உன் தர்மம் என்னன்னு

புரிஞ்சுக்கோ. அவனது நிலைநாட்டக் கூடப் பிறந்தவாளையும் எதிர்க்கணும்னா எதிர்த்துதான் ஆகணும்னு. நம்ம தர்மம் எதுன்னு புரிஞ்சுக்காததினாலேயே எந்த அக்கிரமம் நடந்தாலும், என்ன அவமானம் ஏற்பட்டாலும் வாயை மூடிண்டு உட்கார்ந்திருக்கிறது நமக்கு வழக்கமாப் போச்சு."

நான் வாயடைத்துப் போனவள்போல் அமர்ந்திருந்தேன். பகபகவென்று நாசியிலிருந்த சொல்லத் தெரியாத உணர்வலைகள் எழுப்பி என் புலன்களை ஸ்தம்பிக்கச் செய்தன. சில தளங்களுக்கு மேலே நின்ற என்னை, மாமி தன் வார்த்தைகளால் கீழே இழுத்து, மண்ணில் புரட்டி. எடுப்பது போலிருந்தது. இதுதான் உன் மண்! தெரிஞ்சுக்கோ, இது உனக்கு மட்டுமே சொந்தம். உன்னைச் சுற்றிப் புனிதநீரைத் தெளி. அருகில் யாரையும் அண்டவிடாதே. உன் புனிதம் கெட்டுவிடும். சுவர்களை எழுப்பு, எழுப்பு, எழுப்பு உயரமாக, மிக உயரமாக உன் பார்வையை மறைக்கும் உயரத்துக்கு.

"நாம்ப எதுக்குத் தழைஞ்சு போகணும்னு கேக்கறேன்?" மாமியின் முகத்தில் ரௌத்திரம் பளபளத்தது. சற்றுமுன் எதற்காக அவள் அழுதாள் என்பதை நாங்கள் இருவருமே மறந்து போனதுபோல வேறு தளத்துக்குச் சென்றது விசித்திரமாக இருந்தது.

"இந்துன்னு பெருமைப்பட்டுக்கறதே கேவலம்னு நினைக்கணும்னா எத்தனை கேடுகெட்ட நிலைமை பாரு, நான் எதுக்கு என் நம்பிக்கைகளை மாத்திக்கணும்?"

நான் பொறுமை இழந்தேன். 'நீங்க என்ன சொல்லவரீங்க'ன்னே எனக்குப் புரியலே மாமி. நீங்க மாத்திக்கணும்னு யார் சொன்னது?"

"யாரு சொல்லல்லே?" என்றாள் மாமி ஆக்ரோஷத்துடன். சவால் விடுவதுபோல். நான் பத்தாம் பசலியாம். நான் மாறணுமாம். தான் ஒரு கிறிஸ்துவப் பெண்ணைக் கல்யாணம் பண்ணிக்கப் போறேன்னு பெத்த பிள்ளை கூசாமச் சொன்னாலும், 'ஆகா பண்ணிக்கோ, தாராளமா'ன்னு பக்கத்து வீட்டு மனுஷி மாதிரி ஒதுங்கி நின்னு ஆசீர்வாதம் பண்ணணுமாம். விட்டுப்பிடி,

போயிட்டுப் போறதுன்னு இவர் போதனை பண்றார். நானும் யோசிக்கிறேன். விட்டுப் பிடிக்கறதுக்கு லிமிட் என்ன? போயிட்டுப் போறதுன்னு விட்டுக் கொடுத்துண்டேயிருந்தா. ஒரு நாளைக்கு நம்பகிட்டே என்ன மிஞ்சும்?"

"விட்டுக் கொடுக்காததாலே நீங்க என்ன சாதிக்க முடிஞ்சது மாமி?" என்றேன் மெல்ல.

"ஒண்ணுமில்லே" என்றாள் கசப்புடன். என்னை எல்லாரும் ஒதுக்கி வெச்சு நல்ல பெயர் தட்டிக்கப் பார்த்ததாலே ஏமாந்து நிக்கறேன். இவர் எனக்கு ஆதரவாக உறுதியா இருந்திருந்தார்னு வெச்சுக்கோ, முரளி கல்யாணம் பண்ணிக்கத் துணிந்திருக்க மாட்டான்."

இப்படி நினைப்பது மாமிக்குச் சமாதானம் என்றால் நினைத்துவிட்டுப் போகட்டும் என்று நான் மௌனமாக அமர்ந்தேன். நல்ல வேளையாக அம்மா காப்பியுடன் வந்தாள்.

"எப்படியோ, கல்யாணம் முடிஞ்சு போச்சு. இனிமே சமாதானத்துக்குத்தான் வழி பார்க்கணும் ருக்மிணி. விரோதத்தை வளர்த்துக்கறது விவேகமில்லே, இருக்கிறது ஒரு பிள்ளை" என்றாள் அம்மா மென்மையாக.

"சமாதானம்னா எப்படி! என்னுடைய நாட்டுப் பெண்ணுனு அந்தப் பெண்ணுக்கு நான் எப்படி கௌரவத்தை கொடுக்க முடியும்? அடுக்களைக்குள்ளே விட முடியுமா? வீட்டுக்குள்ளே நுழைஞ்சா வெளியிலே போன்னு சொல்ல மாட்டேன்தான். ஆனா டிராயிங் ரூம் வரைக்கும்தான் உறவு இருக்கும். சிநேகிதா வந்தா உட்காரச் சொல்ற மாதிரி" இதுவே தான் கொடுக்கக் கூடிய பெரிய சலுகை என்பதுபோல் மாமியின் முகபாவம் இருந்தது. எழுந்து உள்ளே போகவும் முடியாமல் அங்கே உட்காரவும் முடியாமல் நான் தடுமாறினேன்.

மாமி மறுபடி அழ ஆரம்பித்தாள். "எப்படிப்பட்ட பிள்ளை தெரியுமோ? சொன்னா சொன்னபடி கேட்டிண்டிருந்த பிள்ளை,

தினமும் சந்தியாவந்தனம் பண்ணுவான். போன வருஷம்கூட மார்கழி மாச பஜனைக்கு வந்தவன். ரொம்ப பெருமைப்பட்டுண்டு இருந்தேன் அதான் பெருமாள் ஒரேயடியா சாத்திட்டார்."

"அழாதே ருக்மிணி!" என்றாள் அம்மா.

"தாங்கல்லே மாமி எனக்கு! இப்படி செஞ்சுட்டானே! இத்தனை நாளா நேர்ந்து நேர்ந்து வளர்த்ததுக்கெல்லாம் அர்த்தமே இல்லேன்னு பண்ணிட்டானே!"

நான் எழுந்தேன். என் அறைக்குப் போகிறேன் என்று அம்மாவுக்குச் சைகை காட்டிவிட்டு உள்ளே சென்று கதவைச் சாத்தி கட்டிலில் படுத்தேன். மாமிக்கு ஒரு சாவு நிகழ்ச்சியைப்போல என்று தோன்றிற்று. ஒப்பாரி வைத்து அழுது பிள்ளைக்குச் சமாதி கட்டிவிடுவாள் போலிருந்தது.

நான் கண்களை மூடிக்கொண்டு குப்புறப்படுத்தேன். மிதமிஞ்சிய ஆயாசத்தில் மூளை செயலிழந்து போனதுப்போல மனத்தில் வெறுமை படர்ந்தது. மாமியின் துக்கம் என்னையும் தொற்றிக் கொண்டதை நான் உணர்ந்தேன். அவளுடைய இழப்பு நிதர்சமானது. அவளுடைய எண்ணங்களையும் நம்பிக்கைகளையும் நான் ஏற்காவிட்டாலும், அவற்றை பற்றிக் கேள்வி கேட்க எனக்கு எந்த உரிமையும் இல்லை என்று தோன்றிற்று. அதுதான் இதில் சோகம். இதையெல்லாம் நன்றாக உணர்ந்துதான் மாமி இங்கு வந்து அழுது வடிகால் தேடிக் கொள்கிறாள். தன் வீட்டில் அழுதால் சமாதானப்படுத்த ஆட்கள் இல்லை என்கிற துயரம் அது. இஷ்டத்துக்கு விரோதமாகப் பிள்ளை கல்யாணம் செய்துக்கொண்ட அதிர்ச்சியைவிட இது அதிகமான அதிர்ச்சியாக இருக்கும். இதற்கு எப்படிப்பட்ட விளைவு இருக்கும் என்று என்னால் கற்பனை செய்து பார்க்க முடியவில்லை. மெல்ல மாமி சமாதானமாகலாம். ஆகாவிட்டால் முரளி ஒரு நிரந்தரக் குற்ற உணர்வில் ஆழ்வான். மாகியின் மேல் அது எப்படிப்பட்ட தாக்கத்தை ஏற்படுத்தும் என்று நினைக்கக் கஷ்டமா இருந்தது. மைனாரிட்டி கூட்டத்தின் எதிர்ப்பை அவள்

காண்பித்தால் ஆச்சர்யமில்லை. மாமியின் புலம்பல் மூடிய கதவுக்கப்பாலிலிருந்து கேட்டது.

"நா என்ன மாமி தப்பாச் சொல்லி விட்டேன்? என்னை விட்டுடு. என் தர்மத்துக்கு இது ஒத்து வராதுன்னு சொல்றேன். விட்டுட வேண்டியதுதானே, இதை ஏத்துக்கத்தான் வேணும்னு சொன்னா எப்படி?"

மாமியின் வாதத்தில் அவளைப் பொருத்தவரை நியாயம் இருந்தது. அவளைக் கட்டாயப்படுத்த யாருக்கும் உரிமையில்லை. நில உடைமை எதேச்சதிகார மரபில் வந்த பிடிவாதம் அது என்று அவளிடம் தர்க்கம் செய்வதில் என்ன அர்த்தம் இருக்க முடியும்? வசுதைவ குடும்பகம் என்று வலியுறுத்துவதும் இந்த தர்மம்தான் என்பது ஸ்வதர்ம சர்ச்சையில் மூழ்கிப் போகும்போது எங்கே புலப்படும்?

"இப்படிப் பெரியவா ஆசீர்வாதம் இல்லாம, ஜாதி விட்டு ஜாதி பண்ணிக்கற கல்யாணம் எத்தனை நாள் நிலைக்கும் சொல்லுங்கோ!"

சாபமிடுகிறாளா?

"இதப்பார் ருக்மிணி, ஆனது ஆச்சு" என்றாள் அம்மா கண்டிப்பான குரலில். இப்படியெல்லாம் நீ பேசக் கூடாது. குழந்தைகள் எங்கேயாவது நன்னாயிருக்கணும்."

"பெத்த வயிறு எங்கேயாவது சாபமிடுமா மாமி? பேச்சுக்குச் சொல்றேன், மனசிலே இருக்கிற துக்கம் தாங்காமே இருந்தாலும் யோசிச்சுப் பார்க்கறச்சே அப்படியெல்லாம் யோசனை வரத்தான் செய்யறது. ஏதோ இளமை வேகத்திலே, பரஸ்பரம் ஏற்பட்ட கவர்ச்சியிலே முரளி பிடிவாதமா சுயநலத்தோடு நடந்துண்டாலும், அத்தனை சுலபமா அவனாலே மாறிட முடியாது. நிறைய சிக்கல்கள் முளைக்கும் பாருங்கோ."

"அதுக்காகத்தான் எதுக்கு இந்த விஷப்பரீட்சைன்னு நா ஆட்சேபிச்சேன். வீட்டை மாத்தலாம். ஃபர்னிச்சரை மாத்தலாம்,

ஜடப் பொருளை மாத்தற மாதிரி தாம்பத்யத்தை மாத்த முடியுமா? அதிலே ஏற்படற காயம் சீக்கிரமா ஆறக் கூடியதா? மைதிலி விஷயத்தைப் பாருங்கோ. சுதந்திர மனுஷியாட்டம் காரை ஓட்டிண்டு ஆபீசுக்குப் போனாலும், மனசிலே சந்தோஷம் இருக்கோ? கண்ணுக்குக் கீழே இருக்கிற கருவளையம் சொல்றதே! தளதளன்னு இருந்த உடம்பு எப்படி வத்திப்போச்சு! எதுக்கு மாமி இப்படிப்பட்ட விஷப் பரீட்சையிலே இறங்கணும்?"

அம்மா இதற்கு என்ன பதில் சொன்னாள் என்பது தெரியவில்லை. நான் வீட்டில் இருக்கும்போது வெளியாள் வந்து என்னை விமர்சிப்பது அம்மாவுக்குக் கலவரத்தை ஏற்படுத்தியிருக்கும். இதைப்பற்றி பேசாதே என்று சமிக்ஞை செய்திருப்பாள். மாமியின் குரல் சட்டென்று அமுங்கிப் போயிற்று. அம்மா வாசற் கதவைச் சாத்தும் ஓசை கேட்டது.

நான் வெகுநேரம் சலனமில்லாமல் படுத்திருந்தேன். மாமியின் வாதங்களும் என்னைப் பற்றின அவளது தீர்மானங்களும் எரிச்சலூட்டின. "எதுக்கு இந்த விஷப் பரீட்சை?"

பரீட்சை என்றுகூடத் தோன்றாதபோது விஷப் பரீட்சையாக முடியும் என்று யார் நினைத்தார்கள்? தலையணையுள் முகத்தை நான் ஆழமாகப் பதித்தேன். நினைவுகளை ஆழப்புதைக்கும் யத்தனத்தில் தலையணையில் இன்னமும் சதீஷின் வாசனை இருப்பதுபோல் பிரமையேற்பட்டது. சதிஷுக்கும் எனக்கும் இடையே ஏற்பட்ட பிளவு கலாசார முரண்பாட்டினால் ஏற்பட்டது இல்லை என்று ருக்மிணி மாமியால் புரிந்துக்கொள்ள முடியாது.

உண்மையில் இந்திய தந்தைவழி மரபுக் கலாசாரப் பிரதிநிதி அவன். பெண் என்பவளை ரத்தம் உறிஞ்சுவதுபோல் உபயோகித்து அதைப் பற்றிய பிரக்ஞையே இல்லாமல் மெத்தனமாக, குற்ற உணர்வில்லாமல் வளைய வரும் ஆண்வர்க்கப் பாரம்பர்யத்தைச் சேர்ந்தவன். அதைத்தான் அவன் பிரதிபலித்தான். ஆங்கிலப் படிப்பும், மேற்கத்திய நாகரீகமும் அவனுடைய அடிப்படை குண இயல்புகளை மாற்றாதது இன்னமும் எனக்கு விளங்காத

புதிராக இருக்கிறது. பாட்டியோடு என்னை அப்பா ஒப்பிடுவதில் அர்த்தம் இருப்பதுபோல் தோன்றுகிறது. பாட்டிக்கும் எனக்கும் ஒரு யுகாந்திர வித்தியாசம் இருந்தாலும், ஆணுடன் எங்கள் இருவருக்கும் ஏற்பட்ட அனுபவத்தில் வித்தியாசம் ஏதும் இல்லை.

நான் திரிசங்குவில் நிற்பதை அடிக்கடி உணருகிறேன். என் காலகட்டத்துப் பெண்கள் எல்லாரும் அப்படிப்பட்ட நிலையில்தான் இருப்பார்கள். மேற்கத்தியப் படிப்பினால் பெண்தான் ஆணுக்கு முன் எட்டடி பாய்கிறாள். அறிவு வெறும் மூளையுடன் சம்பந்தப்பட்டதில்லை. அவளுக்கு, அவளுடைய ஆன்மாவுக்கு ஏற்படும் வெளிச்சம் அது.

அதன் பிரகாசத்தை, சக்தியைத் தாங்கும் பக்குவம், மூளை மட்டுமே வளர்ச்சி அடைந்த ஆணுக்கு இல்லை. அதனால்தான் இத்தனை ஏமாற்றங்கள், பசப்பல்கள், சுரண்டல்கள், இரட்டை வேடங்கள். என்னுடைய வேர்கள் நைந்து போவதற்கு இந்தப் பரிமாண வித்தியாசமே காரணம்.

கஞ்சன் ஜங்காவிற்குக் கிளம்புவதற்கு முன் பாங்கிலிருந்து பணம் எடுக்கும்போது என் கணக்கில் அதிகப் பணம் இல்லை என்பதை உணர்ந்தேன். கூடியவரை நான் அப்பாவிடம் பணம் கேட்பதைத் தவிர்த்து வருகிறேன். இப்போது கேட்க வேண்டி வந்தது.

“எத்தனை வேணுமோ எடுத்துக்கோயேன்!” என்று உடனடியாக ஒரு ப்ளாங்க் செக்கை அப்பா நீட்டியபோது எனக்குக் கூச்சமாக இருந்தது.

“அடுத்த மாசம் திருப்பிடறேம்ப்பா.”

“அவசியமில்லேம்மா” என்றார் மென்மையாக. “எனக்கு வேணும் என்கிறபோது கேட்டு வாங்கிக்கரேன்” ஏதேச்சையாகக் கேட்பவர்போல் தொடர்ந்தார். சதீஷ் உன்னை சந்திச்சான்னு சொன்னியே, பணம் கொடுத்தியா என்ன?”

“இல்லேப்பா” என்றபோது என்னுடைய காது நுனி சிவந்து போனதை உணர்ந்தேன் “டைவோர்ஸ் கேசுக்கு காசு வாங்கின

கடனே தீரல்லே, அதோடு அவன் வெச்சுட்டுப்போன கடன் தீர்ந்துடும் மூணு மாசத்திலே."

"ஜாக்கிரதையா இரும்மா இனிமே" என்றார் அப்பா, தயங்கியபடி என் பேச்சை நம்பாதவர்போல, "காலைச் சுத்தின பாம்பு அவன். நீ நிர்தாட்சண்யமா இல்லேன்னா மறுபடி உன்னை எந்த இக்கட்டிலேயாவது மாட்டி வைப்பான்."

"ஜாக்கிரதையா இருப்பேன்" என்றேன். "சமத்தா, இருப்பேன்" என்னும் குழந்தையைப்போல.

அப்பாவும், நானும், இப்படிப்பட்ட எச்சரிக்கைகளையும் உறுதிமொழிகளையும் எத்தனையோ முறை சொல்லி வருகிறோம். பரஸ்பரம் தைரியம் சொல்லிக் கொள்வது மாதிரி, திரும்பத் திரும்பச் சொல்லப்படும் வார்த்தைகள் இவை என்றாலும், நினைவூட்டிக் கொள்வது அவசியம் என்று நினைத்தவர்கள்போல. இத்தனை முன்னெச்சரிக்கைகளையும் மீறி நான் சதீஷின் வலையில் விழுந்ததை அப்பாவிடம் தெரிவிக்காததன் சுகம் கஞ்சன் ஜங்காவிற்குக் கிளம்பும்வரை இருந்தது. அதிலிருந்து விடுபட இந்தப் பயணம் உதவும் என்று என்னுள் அப்பாவித்தனமான நம்பிக்கை ஏற்பட்டிருந்தது. கிளம்பும்போது அப்பா லேசான கவலையுடன் சொன்னார்.

"அயோத்தியாவிலே பெரிய கலவரம் நடந்தாலும் நடக்கலாம் மைதிலி! லட்சக்கணக்கான கரசேவகர்கள் இருக்கப் போறா அங்கே. கும்பலுக்குப் பித்துப் பிடிச்சா என்ன நடக்கும்னு சொல்ல முடியாது."

"ஒண்ணும் நடக்காதுப்பா" என்றேன் நான் பயண உற்சாகத்தில், நாங்க அயோத்தியா பக்கம் போகவும் போறதில்லே."

"அங்கே ஏதாவது நடந்ததுன்னு வெச்சுக்கோ, அயோத்தியாவோட அது நின்னுடும்னு நினைச்சியா? வடக்கு பூராவும் ரணகளம் ஆயிடும்."

"அந்த அளவுக்குப் போகிறவரை கவர்மென்ட் சும்மா இருக்காதுப்பா" என்றேன் நான் லேசாக.

"எனக்குக் கவலையாகத்தான் இருக்கு" என்றார் அப்பா, தீவிரமான முகபாவத்தோடு. "இத்தனை பேர் அங்கே கூட்டம்போட அனுமதிச்சது விவேகமானது இல்லே. எதுக்கும் ஜாக்கிரதையா இருங்கோ, ரோஸ்லிண்ட் உடம்பு சரியா இல்லாதவ வேறே."

"நாணா வரான் துணைக்கு" என்றேன் புன்னகையுடன்.

"ஓ? குட்!" என்றார் அப்பா நிம்மதியடைந்த குரலில்.

"ரோஸ்லிண்டுக்குத் தெரியாது அவன் வர்றது. இந்த ட்ரிப்பைப் பத்தி என் கவலையை அவன்கிட்டச் சொன்னபோது நா வரேன் உதவிக்குன்னான் ஆபத்பாந்தவன் மாதிரி."

"நல்ல பையன்மா அவன்!"

"நல்லவன்தான் கொஞ்சம் கிறுக்கு."

"சந்தனப் பொட்டுனாலே அப்படிச் சொல்றியா? கிறுக்குத்தனம்னு எப்படிச் சொல்றே? அதுவே ஒரு எதிர்ப்போட அடையாளமா இருக்கலாம். நீ இப்படி ஒரு பாகிஸ்தானி மாதிரி டிரெஸ் செய்துக்கறதை கிறுக்குத்தனம்னு அவன் நினைப்பான். இது ஒரு எதிர்ப்பின் அடையாளம்னு புரிஞ்சுக்கல்லேன்னா."

அப்பாவின் வியாக்கியானம் எனக்கு வியப்பை அளித்தது. நாணாவைப் பற்றி நான் தீவிர ஆராய்ச்சியில் ஈடுபட்டதில்லை. அதற்கு ஏதும் அவசியமில்லாததாகத் தோன்றிற்று. கஞ்சன் ஜங்கா பயணமும் அயோத்தியாவும் ரோஸ்லிண்டின் உடல் நிலையும், அப்படிப்பட்ட ஓர் அவசியத்தை ஏற்படுத்தும் என்று நான் நினைக்கவில்லை.

காங்டாக்கிலேயே குளிர் பல்லைக் கிடுக்கிற்று. கைப்பையிலிருந்த கையுறைகளை எடுத்து நான் அணிந்து கொண்டபோது "இப்பொழுதேவா" என்பதுபோல ரோஸ்லிண்ட் சிரித்தாள். குளிரைக் காணக் காண அவளுடைய உற்சாகம் அதிகரித்தது. இந்தியாவில் பிறந்து இந்த மண்ணில் வளர்ந்து அதன் வெப்பத்துக்கும் தூசிக்குமே பழகியிருந்த அவளது உடம்பு, எந்த பூர்வ ஜன்ம வாசனையினாலோ குளிரைக் கண்டு

சிலிர்த்துப் பரவசப்பட்டதாகத் தோன்றிற்று. உடம்பை உருக்கிக் கொண்டிருந்த நோயினால் வெளிறிப் போயிருந்த முகத்தில் இப்போது ரோஜாக்கள் மலர்ந்திருந்தன. புதுசாக மினுமினுப்புத் தெரிந்தது. ஒரே இரவுப் பொழுதில் அவள் புதிய பிறவி எடுத்திருந்தாள்.

அவளுடைய மாற்றம் எனக்குத் தெம்பை அளித்தது. இவளுடைய முடிவு நெருங்கிவிட்டதாக டாக்டர் சொன்னதை நான் நம்பமாட்டேன். அவருடைய டயாக்னாஸ் தப்பாக இருக்கும் அல்லது எந்த அமானுஷ்ய சக்தியனாலோ அற்புதம் நேர்ந்திருக்க வேண்டும். கஞ்சன் ஜங்காவைப் பார்க்க வேண்டும் என்கிற தீவிர ஆசையே அந்த அற்புதத்தை நிகழ்த்தியிருக்கக் கூடும். தனது நிழலைப் பரப்ப ஆரம்பித்திருந்த சாலை விரட்டியிருக்கும். கஞ்சன் ஜங்காவைத் தரிசித்த பிறகு, சாவு அவளை அண்டக்கூடப் பயந்து விலகிப் போகும்.

நான் டிசம்பர் மாதக் குளிருக்குப் பயந்து ஓவர்கோட்டுடனும் ஸ்கார்ஃபுடனும் நிற்கையில், ரோஸ்லிண்ட் வழக்கமாக தில்லியில் அணியும் தன் உடுப்புகளைக்கூட அணியாமல் கெஸ்ட் ஹவுஸின் பால்கனியில் எதிரில் தெரிந்த மலைத்தொடரைப் பார்த்தபடி தியானத்தில் இருப்பவள்போல் நின்றிருந்தாள்.

இங்கு வந்ததிலிருந்து அவள் தன்னுள் ஆழ்ந்துப் போனதை நான் உணர்ந்துக் கொண்டேன். அவளுடைய மோனத்தைக் கலைக்க எனக்குத் தயக்கமேற்பட்டது. வாழ்வின் கடைசி நாட்களின் எல்லையில் நிற்பவளுக்கு இந்தத் தருணங்கள் மிக முக்கியமானவை. அவற்றில் எந்தச் சலனத்தையும் ஏற்படுத்துவது தவம் கலைவதுபோல என்று நான் எச்சரிக்கையாக இருந்தேன். தனது உடல்நிலையினாலேயே அவள் ஒரு துணை வேண்டும் என்பதற்காக என்னை அழைத்திருக்க வேண்டும். அவள் உண்மையில் இப்போது விரும்புவது ஏகாந்தம். இங்கு இன்று தங்கிவிட்டு நாளை கஞ்சன் ஜங்காவை நோக்கி எங்கள் பயணத்தைத் தொடர வேண்டும். நாணா இன்னும் வராதது

எனக்குச் சற்று யோசனையாக இருந்தது. ரோஸ்லிண்டின் உடல்நிலை இப்பொழுது பார்த்தால் ஏதும் கவலைப்படும்படியாகத் தெரியவில்லை ஆனால், அடுத்துவரும் நாட்களில் எப்படி இருப்பாள் என்று சொல்வதற்கில்லை.

“மேம் சாப், சாய்!”

நான் திரும்பிப் பார்த்தேன். கெஸ்ட் ஹவுஸ் சௌக்கிதார் பகதூர், கையில் தேநீர் கோப்பை கொண்ட டிரேயை வைத்து நின்றிருந்தான். கெஸ்ட் ஹவுஸின் சமையல்காரன், காவல்காரன் எல்லாம் இவன்தான், எப்பவுமே சிரித்துக் கொண்டிருப்பது போன்ற முகம். இவனது கண்களைச் சுற்றியும் உதடுகளைச் சுற்றியும் படர்ந்திருக்கும் சுருக்கங்களே அதற்குக் காரணம் என்று நான் நினைத்துக்கொண்டேன். “நன்றி பகதூர்” என்று நான் புன்னகையுடன் வாங்கிக் கொண்டேன். “என் சிநேகிதிக்குக் குடுத்தியா?”

“கொடுத்தேன். இந்த சாயா இல்லை, வேறு. தனியாக லைட்டாகப் பால் சேர்க்காமல், எனக்குத் தெரியும் வெள்ளைக்காரச் சீமாட்டிகளுக்கு எப்படிக் கொடுக்க வேண்டுமென்று.”

அவன் நினைக்கிற மாதிரியான சீமாட்டி இல்லை அவள் என்று சொல்ல நினைத்துச் சொல்லாமல் நான் அவனைப் பார்த்துப் புன்னகைத்து டீயைப் பருகினேன். ஸ்ட்ராங்காக மசாலா வாடை அடித்தது.

“நடந்துவிட்டு வாருங்கள் மேம் சாப். சற்றுநேரத்தில் இருட்டிவிடும். குளிரும் அதிகமாகும். நடந்தால் உடம்பில் சூடு பிடிக்கும். நீங்கள் திரும்பும்போது இங்கு கணப்பில் நெருப்பு இருக்கும். அதன் அருகில் நிற்பது எத்தனை சுகம் என்பதை உணர்வீர்கள்.”

நான் புன்னகையுடன் கோப்பையை அவனிடம் கொடுத்துவிட்டு ரோஸ்லிண்டிடம், சென்று “நான் நடக்கப் போகிறேன், நீ வருகிறாயா?” என்று கேட்டேன்.

“இல்லை. நீ போய்விட்டு வா. இப்படி இங்கே உட்கார்ந்திருப்பதே எனக்கு நன்றாக இருக்கிறது” என்றாள்.

நான் யோசனையுடன் அவளைப் பார்த்தேன்.

“ஐ ஆம் ஃபைன் மைதிலி” என்றாள் அவள் கனிவாக. “நீ நடந்துவிட்டு வா. தனிமை உனக்கும் நல்லது. தில்லியில் நாம் நாடும் ஓட்டத்தில் நமக்கு நம்மைப் பத்தியே சிந்திக்க நேரமிருப்பதில்லை. இந்த மாதிரி சந்தர்ப்பம்களில்தான் கூட்டிக் கழித்து நம் பங்குக்கு என்ன தேறும் என்று பார்க்க முடியும்.”

நான் சற்றுநேரம் பேசாமல் எதிரில் தெரிந்த மலைத்தொடர்களைப் பார்த்தேன். “இனிமேல் கூட்டி, கழிப்பதனால் என்ன ஆகப் போகிறது ரோஸ்லிண்ட்?”

திடீரென்று அவள் என்னை எனக்குப் புரியாத காரணங்களுக்காகக் குற்றம் சாட்டுகிறாளோ என்று தோன்றிற்று. தினம் தினம் இப்படிப்பட்ட கணக்குகளினால்தான் நிம்மதி இழந்து தூக்கம் வராமல் காம்போஸில் சரணடைகிறேன் என்று இவளுக்குத் தெரியாதா?

“புதிய தரிசனம் கிடைக்கும்.”

நான் சட்டென்று அவளைத் திரும்பிப் பார்த்தேன் அவள் முகத்தில் மிதமிஞ்சிய சாந்தம் தென்பட்டது. ஏதோ யோக நிலையை எட்டிவிட்டது போல, அவள் என் திகைப்பைப் பார்த்து லேசாகச் சிரித்தாள்.

“இந்தக் காற்றே வித்யாசமாக இல்லை! ஆயுசு முழுவதும் நாம் ஓடுகிற ஓட்டத்துக்கெல்லாம் அர்த்தமே இல்லைன்னு புரியல்லே?”

என்னைச் சுற்றி ஒருமுறை பார்த்துவிட்டு, நான் அவளைப் பார்க்காமலே சொன்னேன்,

“இது வித்தியாசமான சூழல்தான், தில்லியில் கிடைக்காத தூய்மையான காற்றுதான். ஆனால், நான் எந்த தத்துவார்த்த மாயையிலேயும் சிக்கத் தயாராயில்லை ரோஸ்லிண்ட்! இங்கிருந்து

போனதும் மறுபடி யதார்த்த உலகத்துக்குத்தான் திரும்பணும். அர்த்தமிருக்கோ இல்லையோ ஓடத்தான் வேணும். இது ஒரு தாற்காலிக மாயை."

ரோஸ்லிண்ட் என் பேச்சை மறுப்பதுபோலத் தலையை அசைத்தாள்.

"நான் நினைக்கிறது வேறே நீ புரிஞ்சுப்பே, நேரம் கிடைக்கும் போதெல்லாம் மலைப் பிரதேசத்துக்குப் போகணும் மைதிலி, மலைகளுக்கும் ஆகாசத்துக்கும் ஒரு வித்தியாச வைப்ரேஷன் இருப்பதாக எனக்குப் படுகிறது. அதனால்தான் யோகிகள் மலைக்குச் சென்றார்கள்."

அந்திம காலத்தில் இவளுக்குக் கிறுக்குத்தான் பிடித்துவிட்டது. இப்படிப்பட்ட மாயைக்குள் வேண்டுமென்றே புகுந்து கொள்வதினால் இவளுக்கு இந்தக் கட்டத்தில் நஷ்டமில்லை. ஆனால், எனக்குக் கட்டுப்படியாகாது.

"ஓகே., நீ தியானம் பண்ணு. நான் நடந்துவிட்டு வருகிறேன்."

"நடந்துக்கொண்டே தியானம் செய்யலாம் மைதிலி!"

"வேண்டாம் தாங்க்ஸ். நான் நானாக இருக்கிறேன்."

அவள் சிரித்துக் கையசைத்தாள்.

சரித்து செல்லும் பாதையில் நான் கிடுகிடுவென்று நடக்க ஆரம்பித்தேன். முகத்தில் அடித்த காற்றில் மனசுக்கு இறக்கை முளைத்ததுபோல் இருந்தது. வானளாவிய அடர்ந்த மரங்களினூடே மேலே மேலே செல்லும் மலைப் பாதையில் நடக்கும் போது மனசு பல தளங்களைக் கடந்து உயர்ந்து விட்டதுபோல பிரமையேற்பட்டது. எனக்காகவே ரோஸ்லிண்ட் இந்தப் பயணத்தை ஆதரித்தாளோ என்று தோன்றிற்று.

"காட் ப்ளெஸ் ஹர்!" என்றேன். நான் பார்க்க எனக்கு முன்னால் பாதையில் முதுகில் விறகுக் கட்டைகளைச் சுமந்து சென்று கொண்டிருந்த இரண்டு சிக்கிமியப் பெண்கள் நின்று திரும்பிப் பார்த்துப் புன்னகைத்தார்கள். இங்கு வாழும்

இவர்களுடைய வாழ்க்கை எப்படி இருக்கும் என்று யோசித்தபடி நான் நடந்தேன். ரோஸ்லிண்ட் சொன்ன தரிசனம் இவர்களுக்குக் கிடைத்திருக்குமா? அதற்கு வேறுவகையான தகுதி வேண்டுமா? இவர்களுக்குத் தரிசனம் ஏற்படுவதைவிட தடித்தனம்தான் அவசியம். அன்றாடம் கூழ் காய்ச்சவும், குளிர் காயவும் விறகு சுமக்க வேண்டும். நீருக்கு அலைய வேண்டும். புண்ணாக்கிற்கு அலைய வேண்டும். பிறகு குடித்துவிட்டு வரும் புருஷனிடம் உதைபட வேண்டும்.

அவர்கள் மீண்டும் என்னைத் திரும்பிப் பார்த்து ரோஜாக் கன்னங்கள் பளபளக்கப் புன்சிரிப்பு சிரித்தார்கள். இத்தனை அழுத்தங்களுக்கு நடுவில் எப்படிச் சிரிக்கிறார்கள்?

ரோஸ்லிண்ட் சொல்லும் 'தரிசனத்து'க்கும் இதற்கும் ஏதோ சம்பந்தம் இருக்க வேண்டும் என்று நினைத்துச் சிரிப்பு வந்தது. நானும் இவர்களைப்போல இருந்திருந்தால் என் வாழ்வில் சிக்கல்கள் ஏற்பட்டிருக்காது. சதீஷ் என்ன சுமையை ஏற்றினாலும், அவனே என் முதுகில் ஏறி உட்கார்ந்தாலும், கன்னங்கள் பளபளக்கச் சுமந்து சென்றிருந்திருப்பேன். நளாயினி மாதிரி. கடவுளே. எப்படிப்பட்ட உதாரணங்கள் மகா பதிவிரதைகள் நட்சத்திர மண்டலங்களில் இடம் பெறுபவர்கள்.

'நீ அந்த ரோஸ்லிண்டுடன் சேர்ந்து குட்டிச்சுவராகி விட்டாய்' என்று சதீஷ் சொன்னது இப்பவும் நினைவுக்கு வருகிறது. எனக்கென்று சுய சிந்தனை இருக்க முடியாது, அல்லது இல்லாமல் இருப்பது உத்தமம் என்று அவன் முடிவு கட்டியிருந்த காலகட்டம் அது. என் முன்னால் நடந்த செல்லும் பெண்களைப்போல் நான் நடந்துக்கொள்ள வேண்டும் என்று அவன் ஆசைப்பட்டான். படித்த பட்டணத்துப் பெண்ணும் வேண்டும். அவளது சம்பாத்தியமும் வேண்டும், அவனது அடிவருட வேண்டும். அவனது வக்ர எதிர்பார்ப்புகளுக்கு இசைய வேண்டும், அல்லது உதைபட வேண்டும்.

இத்தனை பேராசை எங்கிருந்து வருகிறது?

சதீஷின் நினைவிலிருந்து விடுபடும் தீவிர யத்தனத்துடன் நான் நடந்தேன். ஏதோ ஒரு மறந்துபோன பாட்டை முனகினேன். 'சங்கீதமே எல்லாத்துக்கும் மருந்து' என்று நாணாவின் பாணியில் மண்டையாட்டிக் கொண்டு சொன்னேன். ஓ, நாணா ஏன் வரவில்லை? அவனுக்கான என் எதிர்பார்ப்பு மிக சுயநலமானது என்று கூச்சத்துடன் நான் கெஸ்ட் ஹவுசிற்குத் திரும்பியபோது வரவேற்பு அறையின் கணப்பின் எதிரில் கைகளைச் சூடு காட்டியபடி நாணா நின்றிருந்தான்.

சட்டென்று என்னுள் சந்தோஷம் பரவிற்று, ரோஸ்லிண்டை வெளியில் காணோம்.

“ஹாய் நாணா! எப்போ வந்தே?” என்றேன் உற்சாகமான குரலில்.

அவன் திரும்பி மலர்ந்த முகத்துடன், “இப்பத்தான்” என்று கையை நீட்டினான்.

அவன் கையை ஆர்வத்துடன் பற்றிக் குலுக்கும்போது புதிய பலம் சேர்ந்ததுபோல் இருந்தது.

“நீ வந்தது ரொம்ப சந்தோசம் நாணா, எங்கே வராம இருந்துடுவியோன்னு நினைச்சேன்.”

“சொன்ன வாக்கைத் தட்டமாட்டான் இந்த நாணா” என்று அவன் தமிழ் நாடகப் பாணியில் சொன்னபோது எனக்குச் சின்னப் பெண்ணைப் போலச் சிரிப்பு வந்தது.

“எப்படியிருக்கா உன் ஃப்ரெண்ட்?”

“ஷீ இஸ் ஃபைன். இன்ஃபாக்ட் டில்லியிலே இருந்ததைவிட நன்னாயிருக்கா. ஆனா இனிமேதான் கஷ்டமான பிரயாணம், அதை எப்படித் தாங்குவான்னு தெரியாது.”

“கவலைப்படாதே.” அவனது குரல் ஒரு நெருக்கமான உணர்வை ஏற்படுத்திற்று, திடீரென்று நான் சிரித்தேன்.

“யூ நோ சம்திங்? ஆபத்பாந்தவன் என்கிற வார்த்தை உனக்கு ரொம்பப் பொருந்தறது.”

“இது வேஷம் இல்லே மைதிலி.”

“எனக்கு அது தெரியும், நாணா” என்றேன் கனிவுடன். ஆனா ஒண்ணு சொல்லு. இங்கே எனக்கு உதவுணும்னு மாத்திரம் வந்தியா, இல்லே இங்க உன் தேடலையும் தொடரலாம் என்கிற எண்ணமா?”

“என்னது அது?”

“நான் யார் என்கிற தேடல்.”

அவன் பெரிதாகச் சிரித்தான்.

“அந்தத் தேடல் எப்பவும் எந்த நேரத்திலும் இருக்கும். கஞ்சன் ஜங்காவிலே வந்து தேடணும்னு அவசியமில்லே.”

“சொல்ல முடியாது” என்று நான் சிரித்தேன். “ரோஸ்லிண்ட் சொல்றா இங்கே தரிசனம் கிடைக்கும்னு.”

அவன் தீவிரமான முகபாவத்துடன், “பார்ப்போம்.” என்றான்.

மறுநாள் அங்கு அவன் எதேச்சையாக வந்த டூரிஸ்ட்போல், ரோஸ்லிண்டிற்கு அவனை அறிமுகம் செய்தேன். சற்றுநேரத்திற்கெல்லாம் அவனுடன் அவள் சுவாரஸ்யத்துடன் சம்பாஷணையில் ஈடுபட்டது எனக்கு நிம்மதியாக இருந்தது.

மதியம் நாங்கள் எங்கள் பயணத்தைத் தொடர்ந்தபோது நாணா, தானும் நாங்கள் செல்லும் இடத்துக்குப் போவதாகச் சொன்னது “எங்கள் ஜீப்பிலே நீங்களும் வரலாம்” என்று ரோஸ்லிண்ட் சொன்னது எனக்கு வியப்பாக இருந்தது.

ஜீப்பில் முன் சீட்டில் ரோஸ்லிண்டுடன் நான் அமர நாணா பின்னால் அமர்ந்தான். வழிநெடுக விடுகதைகளும் புராணக் கதைகளும் சொல்லிக்கொண்டு வந்தான். இவனுடைய இந்தியத்தனம் மிக முனைப்புடன் ஏற்படுத்திக் கொண்டது என்று தெரியாத ரோஸ்லிண்ட், அவன் ஏதோ வைதீகப் பின்னணியைச்

சேர்ந்தவன் என்று நினைத்துக் கொண்டாள். எனக்கு ஏதாவது ஆகிவிட்டால் இவனே என்னுடைய அந்திமக்கிரியைகளை இந்து தர்மப்படி செய்துவிடலாம் என்றாள். நல்லவேளையாக நாணாவுக்கு அது காதில் விழவில்லை.

ஆறு, ஏழு மணிநேரப் பயணத்தில் ரோஸ்லிண்ட் திரும்பத் திரும்ப மறுத்தாலும் அவள் துவண்டு போனதாக நான் நினைத்துக் கொண்டேன். யுந்தாங் என்ற இடத்தில் இருந்த ரெஸ்ட் ஹவுஸை நாங்கள் அடைந்தபோது நன்றாக இருட்டிவிட்டது. ஜீப்பிலிருந்து இறங்கி உள்ளே நுழைவதற்குள் வெடவெட என்று நடுங்கிய நடுக்கலில் எனக்கு ரோஸ்லிண்டைப் பற்றிய கவலை அதிகரித்தது.

"ஐ ஆம் ஃபைன்" என்றாள் அவள் லேசான புன்னகையுடன். ரெஸ்ட் ஹவுஸுக்குள் நுழைந்ததும். கணப்புக்குள் எதிரில் ஒரு சாய்வு நாற்காலியில் அவளை நானும், நாணாவும் கட்டாயப்படுத்தி அமர்த்தினோம். சௌக்கீதாரை வேகமாகத் தேநீர் தயாரிக்கச் சொல்லிவர வழைத்தேன். ரோஸ்லிண்ட் கோப்பையைப் பிடிக்கக்கூட கஷ்டப்பட்டதை கவனித்து நாணா அதைச் சட்டென்று ஏந்தி அவளைக் குழந்தைக்குப் பருகவைப்பதுபோல் ஸ்பூன் ஸ்பூனாகக் கொடுத்தான்.

மறுநாளே மலையேறும் உத்தேசம் போட்டிருந்தாள் ரோஸ்லிண்ட்.

"நாளையும் இங்கே தங்கிவிட்டு நாளை மறுநாள்தான் பயணத்தைத் தொடர வேண்டும். அதற்குமுன் நான் அனுமதிக்கமாட்டேன்" என்றான் கண்டிப்புடன். அவளுடன் நெடுநாள் பழகிய நானே அத்தனை உத்தண்டமாக அவளிடம் பேசியதில்லை. அவன் அப்படிப் பேசியது அவளுக்குப் பிடித்தது என்று எனக்குத் தோன்றிற்று.

"இரவு சீக்கிரம் படுத்து நாளைக்கு நிதானமாக எழுந்திருக்க வேண்டும்" என்று அடுத்த நிபந்தனை போட்டான்.

"அறியாதவர்கள்தான் இங்கு லேட்டாக எழுந்திருப்பார்கள்" என்று ரோஸ்லிண்ட் சிரித்தாள்.

"நாளைக்கு விடிகாலை மூன்றரை மணிக்கு எழுந்திருக்க வேண்டும். சூரியோதயம் மூன்றே முக்காலுக்கு, உதயத்தில் கஞ்சன் ஜங்காவின் அழகைக் கோட்டைவிட, முடியாது."

"இந்த வெள்ளைக்கார மேடமுக்குத் தெரிந்த விவரம்கூட உங்களுக்குத் தெரியவில்லையே" என்றான் உணவு பரிமாறிக் கொண்டிருந்த செளக்கிதார். இங்கு வருபவர்களை எல்லாம் நானே எழுப்பிவிடுவேன். குளிர் என்று முடங்கினர்களானால் உங்களுக்குத்தான் நஷ்டம்."

மறுநாள் அவன் எழுப்பியபோது உண்மையிலேயே எழுந்திருக்க வேண்டுமா என்றிருந்தது. ஆனால் ரோஸ்லிண்டின் படுக்கை காலியாக இருந்ததைக் கண்டு நான் விருக்கென்று எழுந்தேன். ரோஸ்லிண்ட் நடுக்கூடத்தில் கணப்பின் அருகில் அமர்ந்திருந்தாள்.

"வாருங்கள் வாருங்கள்" என்று செளக்கிதார், தன்னுடைய சொந்த பந்தம் எதையோ காட்டும் பெருமை முகத்தில் துலங்க கண்ணாடிக் கதவுகளை மறைத்த கனமான திரைச் சீலைகளை நகர்த்தினான். சுற்றிலும் இருந்த மையிருட்டில் தூரத்தில், வெகுதூரத்தில் ஜகஜ் ஜோதி ஒன்று தெரிந்தது.

"என்னது அது நெருப்பா?" என்றேன் கண்கள் அகல.

"கஞ்சன் ஜங்கா!" என்றான் செளக்கிதார் கர்வமாக "சூர்ய கிரகணம் பட்டு ஜொலிக்கிறது தங்கமாய்!"

ரோஸ்லிண்ட் மெய்மறந்து பேச்சடைத்து நின்றிருந்தாள்.

"மைதிலி, உன் சினேகிதி சொன்னது சரி. இது நிஜமாகவே தரிசனம்தான்" என்றான் பின்னால் வந்த நாணா.

"இது ஜோதி" என்றான் செளக்கீதார். "நாளைக்கு இன்னும் மேலே போவீர்கள். ஆண்டவனையே நேரில் பார்ப்பீர்கள். ராமர் பிறந்த இடம்னு அயோத்தியாவிலே சண்டை போடுகிறார்களாமே, அவர்கள் எல்லாம் இங்கே வரணும்!"

அயோத்தியாவை ஞாபகப்படுத்தியதில் அப்பாவின் எச்சரிக்கை நினைவுக்கு வந்தது. இங்கு வந்தபிறகு உலக அக்கப்போரே மறந்து விட்டிருந்தது வியப்பை அளித்தது.

மிகக் கரடுமுரடான பாதையில் ஜீப் குலுங்கிக், குலுங்கிச் சென்றது. எனக்கே உடம்பு அலண்டு போயிற்று.

ரோஸ்லிண்ட் எந்த விதமான அலுப்பையும் காண்பிக்காமல் அமர்ந்திருந்தது ஆச்சரியமாக இருந்தது. அவள் அப்படிப்பட்ட தீரத்தைக் காண்பிப்பதற்கும் மிகச் சிரமப்பட வேண்டும் என்று எனக்குத் தெரியும். கடந்த ஒராண்டில் அவள் படிப்படியாகச் சாவை நோக்கி இரங்கிப் போவதை நான் கையாலாகாத்தனத்துடன் பார்த்து வருகிறேன். வேறு யாராவது அவளுடைய இடத்தில் இருந்தால் தங்களுக்குத் தாங்களே சமாதி கட்டிப் படுக்கையில் வீழ்ந்து உளுத்துப் போயிருப்பார்கள். இவள் படுக்க மறுப்பது மட்டுமில்ல. ஆரோக்கியமானவர்களே மேற்கொள்ளத் தயங்கும் பயணத்தை மேற்கொண்டிருக்கிறாள். "கஞ்சன் ஜங்காவைப் பார்க்காவிட்டால் என் ஆன்மாவுக்குச் சாந்தியிருக்காது!" புல்ஷிட்! ஒவ்வொரு முறை ஜீப்பில் உடம்பு குலுங்கும்போதும் எனக்கு அவளது அசட்டுப் பிடிவாதத்தை நினைத்துக் கோபம் வந்தது. விடாமல் ஏதோ பேசிக்கொண்டு வந்த நாணாவின் மேலும் மெலிதாக எரிச்சல் வந்தது. காரணம் புரியாமல் அடிவயிற்றில் ஏதோ பயமோ சங்கடமோ நமநமவென்று இருந்ததில் எதிரில் நகர்ந்த காட்சிகள்கூட மனத்தில் பதியவில்லை. இன்னும் எத்தனை நேரம். இப்படிச் செல்லப் போகிறோம் ஈசுவரா என்று மனசு பரிதவித்த தருணத்தில் ஒரு குலுக்கலுடன் ஜீப் நின்றது. ரோஸ்லிண்ட் என் புஜத்தை இறுகப் பற்றினாள்.

"என்ன ரோலிண்ட்?" என்று கலவரத்துடன், அவள் பக்கம் திரும்பி,

அவள் முகம் பரவசத்தில் பளபளத்தது. கண்களில் அசாதாரண ஒளி தெரிந்தது.

"அங்கே பார் மைதிலி" என்றாள், பொறுமையற்ற சந்தோஷக் குரலில். "கீழே இறங்கு!" என்று அவசரப்படுத்தினாள். நாங்கள்

இறங்குவதற்குள் நாணா இறங்கி எனக்குக் கைகொடுத்தான். அவன் தோளைப் பிடித்தபடி நான் கீழே குதித்து எதிரில் பார்வையை பதித்தபோது, ஒரு விநாடி பிரமித்து விழிகள் அகல வாயடைத்துப் போனேன். எதிரில் வானளாவ நின்றிருந்தது கஞ்சன் ஜங்கா, தக தகவென்று ஆதியும் அந்தமுமில்லாத ஜோதியாய், வெள்ளித் தகடாய். அதன் பிரகாசத்தில் எனது சப்த நாடியும் ஒடுங்கி நான் தூசாய் நின்றேன். நாபியிலிருந்து பலப்பல உணர்வலைகள் எழும்பி மனசு விம்மி விம்மி கண்களில் நீர் நிறைந்தது. எதிரில் இருந்த ஒளி என்னை ஆட்கொண்டது போலிருந்தது. அந்த ஒளியில் அண்ட சராசரமும் சகல ஜீவராசிகளும் ஒன்றிப்போய் அத்வைதமான ஜீவனின் எல்லையற்ற பரிமாணத்தைப் புரிந்துக்கொண்டதாக மனது ஆர்ப்பரித்தது. எதிரில் நின்றது வெறும் ஒரு பூகோளக் குறியீடு இல்லை. திவ்ய தரிசனம். அந்த செளக்கீதார் சொன்னதுபோல ஆண்டவனின் சொரூபம். ஆண்டவன் என்ற ஐதீகத்துக்கு வேறு ரூபம் இருக்க முடியாது. அதனால்தான் இதன் எதிரில் 'நான்' என்பது தூசாகி முழுமையுடன் சங்கமித்து நிற்கிறது. பஞ்ச பூதங்களை வழிபட்ட மனிதருக்குள் இன பேதம் இருந்திருக்க முடியாது இயற்கையோடு ஒன்றி வாழ்ந்த மனிதன் தினம் தினம் தெய்வ சன்னிதானத்தில் இருந்தவன் நான், நீ என்கிற உணர்வும் அதனிடையே அகங்கார மமகாரம் எழுப்பும் சுவர்களும் அர்த்தமற்றவை என்ற பிரக்ஞையின் ஒளியில் இருந்தவன். இயற்கையிலிருந்து விலகிவிட்ட சாபம்தான் இன்றைய மனிதனுக்கு.

யாருமே பேசவில்லை, பேசவே வார்த்தைகள் இல்லை என்று தோன்றிற்று. தாங்கள் மௌனமாக நிற்பதான உணர்வுகூட ஏற்படவில்லை. எங்கள் எல்லாருடைய எண்ணங்களும் உணர்வுகளும் ஒன்றுசேர்த்து விட்டதைப்போல என்னுள் நெகிழ்ச்சி ஏற்பட்டது. என் இடயைச் சுற்றி ரோஸ்லிண்டின் கை படர்ந்தபோது நான் புன்னகையுடன் அவள் தோளைப் பற்றி அணைத்தேன். அவள் கண்களில் படர்ந்திருந்த நீர்க்கசிவு காலை வெய்யிலில் அமானுஷ்யமாய்ப் பளபளத்தது.

“இப்பொழுதே நான் சாகத் தயார் மைதிலி!”

“சீச்சீ… இப்ப சாவைப் பற்றிப் பேசாதே” என்றேன் கனிவுடன்.

பிரமையிலிருந்து விடுபட்டிருந்த நாணா ஃபோட்டோ எடுப்பதில் மும்முரமாக இருந்தான். எடுத்தபடியே “எனக்குப் பாடணும்போல இருக்கு” என்றான்.

“வேண்டாம்!” என்றேன் நான் அவசரமாக.

அவன் பதில் சொல்லாமல் புன்னகையுடன் போட்டோ எடுப்பதைத் தொடர்ந்தான்.

“ஃபிலிம் சுருளுக்குள்ளே அடக்கக் கூடியது இதுன்னு நினைக்கிறியா நாணா?”

“நிச்சயமா? இல்லே” என்று அவன் மண்டையசைத்தான். “கண்ணைக் கூசர பிரகாசம் இது. அமானுஷ்யம் போல இருக்கு. போட்டோவிலே விழுமான்னே சந்தேகம், இதைப் பார்க்கும்போது எனக்கு விசித்திரமாகத் தோணித்து. அர்ஜுனன் கண்ட விசுவரூப தரிசனம் இப்படித்தான் இருக்கணும்னு நினைச்சேன்.”

நான் நெகிழ்ந்துப் போய் நின்றேன். கிட்டத்தட்ட அதே மாதிரி ஒரு உணர்வுதான் எனக்கும் ஏற்பட்டதாகத் தோன்றிற்று. காமிராவை மூடி அருகில் வந்து என் இடையை அவனது கரம் இணைத்தபோது வெகு இயல்பாக இருந்தது.

“எத்தனை அற்புதமான காட்சி மைதிலி!” என்றான் மெல்லிய குரலில். அந்த தரிசனத்திலே அர்ஜுனனுக்கு மனசு தெளிஞ்ச மாதிரி உனக்கும் தெளிஞ்சுதா?” என்றேன் கிண்டலாக.

“தெளிஞ்சு போனதாகத்தான் படுது” என்றான் அவன் புன்னகையுடன்.

“இப்ப நீ யார் நாணா?”

“நான் என்கிறதுக்கு அர்த்தமில்லே” என்றான் கண்களை மூடிக்கொண்டு, சினிமா அசரீரிபோல.

"நான் இந்தப் பிரபஞ்சத்தின் அங்கம், சூரியனுடைய கிரணங்கள் பிரபஞ்சம் பூராவும் வியாபிக்கிற மாதிரி என்னுடைய வேர்கள் பிரபஞ்சம் முழுவதும் வியாபிக்கிறது. அது எங்கேன்னு நான் தேடிண்டு அலையறது முட்டாள்தனம்."

"அது உன் காலடியிலேயே இருக்கு நாணா!"

"கஞ்சன் ஜங்கா தரிசனம் உன்னைக்கூடப் பேச வைக்கிறது மைதிலி!"

நான் அவன் மூக்கை விளையாட்டாகத் திருகினேன்.

"ஆனா உன் அகங்காரத்தை அடக்கல்லே. என்ன சோகம்!"

எங்கள் பேச்சை ரசித்து எங்களுக்குள் சிரித்தபடி நிற்கையில் திடீரென்று ரோஸ்லிண்ட் பக்கத்தில் நிற்பது நினைவுக்கு வந்தது. குற்ற உணர்வும் கூச்சமுமாக நான் திரும்பிப் பார்த்தேன். என் இடையைப் பற்றி நின்றிருந்தவள் எப்பொழுது விலகிச் சென்றாள் என்பதைக்கூட நான் கவனிக்கவில்லை. சற்று எட்டி இருந்த ஒரு சின்னப் பாறையின்மேல் அமர்ந்து, எதிரில் இருந்த மலைத்தொடரைப் பார்த்துக் கொண்டிருந்தாள். அவளது ஏகாந்தத்தைக் கலைக்க விரும்பாமல் நான் மௌனமாக அவளருகில் நின்றேன். அவள் முகம் உணர்ச்சிவசப்பட்டிருந்தது. கன்னங்கள் சூடேறிப் போனவைபோல் சிவந்திருந்தன. காய்ச்சல் வந்திருக்குமோ என்று சந்தேகத்தில் அவளுடைய தோளைப் பற்றினேன். 'எப்படி இருக்கிறாய்?' என்ற கேள்வி கஞ்சன் ஜங்காவின் எதிரில் அபத்தமாக அபஸ்வரமாக ஒலிக்கும் என்று தோன்றிற்று. அவள் என்னை நிமிர்ந்து பார்த்து லேசாகப் புன்னகைத்து,

"மைதிலி தாங்க்யூ" என்றாள்.

"எதற்கு?"

"என்னோடு வர சம்மதித்தாயே."

"உளறாதே" என்றேன் செல்லமாக.

நாணா மறுபடி போட்டோ எடுக்கும் முயற்சியில் ஈடுபட்டிருந்தான்.

“அவன் நல்லவன்” என்றாள் ரோஸ்லிண்ட்.

“ரொம்ப நல்லவன்” என்று சிரித்தேன்.

“அவன் உன்னை விரும்புகிறான் மைதிலி.”

நான் திடுக்கிட்டேன். முகம் சிவக்கச் சிரித்து,

“சீச்சீ, உளறாதே” என்றேன்.

“நீ ஒரு முட்டாள்” என்றாள் ரோஸ்லிண்ட் லேசான அலுப்புடன். “உண்மையானவனை நீ இனம் காணமாட்டே, பசப்பல்காரனைக் கண்டு மயங்குவே.”

“நான் முட்டாளாகவே இருக்கலாம், ஆனால் அவன் சுபாவம் அப்படி ரோஸ்லிண்ட். நல்லவன். எல்லாரையும் விரும்புகிறவன். உன்னோடு அவன் பேசும்போது உன்னைக் காதலிப்பவன் மாதிரி எனக்குப்படுகிறது.”

“நீ ஒரு முட்டாள்” என்றாள் அவள் மறுபடி, “அவன் இங்கே வந்து சேர்ந்து கொண்டது எதேச்சையானது என்று நான் நினைக்கவில்லை.”

“இங்கு வந்து உனக்குக் கற்பனை அதிகமாகிவிட்டது ரோஸ்லிண்ட்!” என்று நான் சிரித்து மழுப்பினேன், “அப்படியே இருந்தாலும் உனக்காகவே அவன் வந்திருக்கலாம்!”

நாணா எங்களை நோக்கி வந்துக் கொண்டிருந்தான்.

“கவனி உன்னைத்தான் அவன் பார்க்கிறான்!” என்று அவளைச் சீண்டினேன்.

“ஷட் அப்!”

“கிளம்பலாமா?” என்றான் நாணா.

“சற்றுத் தொலைவில் ஒரு ‘ஹாட் ஸ்பிரிங்’ இருக்கு அதில் குளித்தால் எல்லா வியாதியும் போய்விடும் என்கிறான் டிரைவர்.”

சொல்லிவிட்டுச் சங்கடப்படுபவன்போல் நின்றான்.

"நான் தயார்" என்றாள் ரோஸ்லிண்ட் புன்னகையுடன், என் கையைப் பிடித்துக்கொண்டு லேசான தடுமாற்றத்துடன் எழுந்தபோது அவளுடைய துணிச்சல் எனக்குப் பைத்தியக்காரத்தனமாக இருந்தது.

"அதெல்லாம் வேண்டாம்... நாணா ப்ளீஸ்" என்றேன்.

"நான் குளிக்கப் போகிறேன் மைதிலி" என்றாள் ரோஸ்லிண்ட் தீர்மானமாக.

இவள் பிடிவாதத்தை மாற்ற முடியாது என்று சோர்வுடன் நான் நிற்கையில் எங்கேயோ சென்றிருந்த ஜீப் டிரைவர் வந்து "மேலே போக முடியாது. பாதையெல்லாம் பனியாலே மூடியிருக்கும்" என்றான்.

"நீங்கள் அடுத்த செப்டம்பர், அக்டோபரில் வாருங்கள் அழைத்துப் போகிறேன்."

ரோஸ்லிண்ட் என்னைப் பார்த்துச் சோர்வுடன் சிரித்தாள். நான் அவள் பார்வையைத் தவிர்த்து மலைத்தொடரைப் பார்த்தேன். சற்றுமுன் வெள்ளியாய்க் தகதகத்த கஞ்சன் ஜங்கா, சூரியக் கிரணங்கள் இறங்கிப் போனதில் சோபை இழந்து சாதாரணமாய்க் காட்சி அளித்தது.

"திரும்ப வேண்டியதுதான்" என்றாள் ரோஸ்லிண்ட். பிறகு மிக மெல்லிய குரலில், "இவ்வளவு கிடைத்ததே பெரிது" என்றாள்.

"செப்டம்பரில் வரலாமா மைதிலி?" என்றான் நாணா தமிழில்.

"நாளைப்பாடு. நாராயணன் செயல்" என்றேன்.

"உனக்குள்ளேயே நாராயணன் இருக்கான்."

எனக்குச் சிரிப்பு வந்தது. ரோஸ்லிண்ட் இருந்த மனநிலையில் நாங்கள் இருவரும் இப்படிச் சிறுபிள்ளைத்தனமாகக் கிண்டலில் லயிப்பது அநாகரீகமானது என்று நான் என்னைக் கட்டுப்படுத்திக் கொண்டேன்.

கெஸ்ட் ஹவுசிற்குத் திரும்பும் வழி நெடுக யாரும் பேசவில்லை. கிடைத்த அனுபவத்தின் சாரத்தில் தனித்தனியாக அமிழ்ந்து போனதுபோல் இருந்தது. நேரம் காலம் என்ற பிரக்ஞையே நழுவிப் போயிருந்தது? ரோஸ்லிண்டின் உடல்நிலையைப் பற்றின கவலைகூட வெகுவாகக் குறைந்துப்போனது விந்தையாக இருந்தது. சற்று இளைப்பாறிவிட்டு நாங்கள் மீண்டும் பயணத்தைத் தொடர்ந்து கஞ்சன்ஜங்காவை அடைந்தபோது மாலை மங்கி விட்டது. கலகலப்பாக, நெரிசலாக இருக்கும் கடைத் தெருக்கள் இருண்டு வெறிச்சோடி இருந்தன.

“என்ன இது, ஆள் நடமாட்டமே இல்லே?” என்றான் நாணா.

கப்பென்று அடிவயிற்றைப் பீதி கவ்விற்று. “நாணா இன்னிக்கு என்ன தேதி? ஓ... காட் அயோத்தியிலே ஏதோ நடந்திருக்கணும் நாணா!”

ஒரு விநாடி திகைத்தவன்போல் நாணா பேசாமல் இருந்தான்.

“அப்படி என்ன நடந்திருக்க முடியும் மைதிலி?” என்றான் சமாதானமாக. “முன்னெச்சரிக்கையாக இங்கே ஊரடங்குச் சட்டம் போட்டிருக்கலாம்!”

தனது வார்த்தைகளை அவனே நம்பவில்லை என்று நான் நினைத்துக் கொண்டேன். ரோஸ்லிண்ட் அசதியில் என் தோளின்மேல் சாய்ந்து உறங்கிக் கொண்டிருந்தாள். என்னவோ விபரீதம் நடந்திருக்க வேண்டும் என்ற உள்ளுணர்வு ஏற்படுத்திய கலவரத்தில் எனக்கு மார்பு படபடத்தது. கெஸ்ட் ஹவுஸ், கேட்டுக்குள் நுழைந்து ஜீப் நின்றதும் ரோஸ்லிண்ட் விழித்துக் கொண்டாள். எங்களை வரவேற்ற பகதூரின் முகம் சுரத்தாக இல்லை. ஆங்காங்கே முடிச்சு முடிச்சாகச் சிலர் அமர்ந்து பேசிக் கொண்டிருந்தார்கள். வாசலை ஒட்டிய அறை ஒன்றில் பலத்த ஒலியில் ஹிந்திச் செய்தி ஒன்று ‘கொரகொர’வென்று தெளிவில்லாமல் கேட்டது. சற்று நின்று உன்னிப்பாகக் கேட்ட ரோஸ்லிண்ட் ஏதாவது விஷயம் உண்டா பகதூர்?” என்றாள்.

“நீங்கள் கணப்படுப்பின் முன்னால் உட்காருங்கள் மேம்சாப். சாயா கொண்டு வருகிறேன்” என்று அவன் உள்ளே விரைந்தான்.

“நான் கேட்டதை அவன் புரிந்துக் கொள்ளவில்லை” என்று முணுமுணுத்தபடி ரோஸ்லிண்ட் சோர்வுடன் அங்கிருந்த சாய்வு நாற்காலியில் அமர்ந்து கொண்டாள். ரேடியோவில் கொரகொரப்புச் சத்தம் அதிகரித்தது. நல்ல வேளையாக மூடப்பட்டது. நானும் கணப்படுப்பின் அருகில் அமர்ந்து எதைப் பற்றிய அநாவசிய யோசனையிலும் ஈடுபடக் கூடாது என்கிற தீர்மானத்துடன் கண்களை மூடிக்கொண்டேன். குளிரில் விறைத்துப்போன உடம்பிற்கு, கணப்பில் உற்சாகத்துடன் எரிந்து கொண்டிருந்த நெருப்பு இதமான சூட்டைக் கொடுக்க பயண அசதி மிகுதியால் உறக்கம் மெல்ல மெல்ல என்னை ஆட்கொண்டது. புலன்கள் எல்லாம் அதல பாதாளத்தில் நழுவி மனது ஸ்தூலத்திலிருந்து விலகி தன்னிச்சையாக மிதக்க,

ஸொமாலியக் குழந்தைகள், முகம் முழுவதும் வியாபித்திருக்கும் கண்களுடன் வரிசையாக அமர்ந்திருந்தன. நாங்கள் என்ன தப்பு செய்தோம்? என் புடவைத் தலைப்பைப் பிடித்து இழுத்தன. என் கைகளைப் பற்றி உடும்புப் பிடியாய்த் தொங்கின. அவர்களை உதற முயன்று தோற்றுப்போய் ஓடுகிறேன். அவர்களும்கூட ஓடுகிறார்கள், ‘விடுங்கள் நான் ஒரு பாவமும் அறியாதவள். எனக்கும் உங்களுக்கும் சம்பந்தமில்லை...’

நீ பாவி! என்று அவை சிரிக்கின்றன. உலகில் நடக்கும் அக்கிரமத்துக்கெல்லாம் நீ பொறுப்பு! உன்னைச் சுற்றியிருக்கும் சூழல் எல்லாம் உன் படைப்பு, ஆகவே,

மைதிலி! மைதிலி!

உலுக்கப்பட்டதுபோல் நான் விழித்துக் கொண்டேன்.

உண்மையிலேயே நாணா என்னை உலுக்கிக் கொண்டிருந்தான். ஒரு விநாடி நான் மிரண்டு விழித்தேன்.

நாணாவின் கையில் ஆங்கிலச் செய்தித்தாள் இருந்தது. அவனுடைய முகம் உணர்ச்சிவசப்பட்டிருந்தது.

“நீ பயந்தது சரியாய்ப் போச்சு மைதிலி!” என்றான் ஆவேசத்துடன். “பாபர் மசூதியைத் தரைமட்டமாக்கிட்டாங்க.”

அவன் பேசியது எனக்கு ஒன்றும் புரியவில்லை, இன்னும் ஸொமாலியாவின் தெருவில் நிற்பதுபோல் இருந்தது.

“புரியவில்லையா?” என்றான் அவன் பொறுமையில்லாமல், “அயோத்தியாவிலே நேத்து பெரிய கலாட்டா நடந்திருக்கு. ஆயிரக்கணக்கான ‘கரசேவகர்கள்’ வெறி பிடிச்சு மசூதியை இடிச்சு நொறுக்கி விட்டாங்களாம்.”

“ஐய்யய்யோ” என்றேன் நான் அதிர்ந்து. நீ குற்றவாளி என்ற குழந்தைகளின் பேரிரைச்சல் இன்னமும் செவிப்புலன்களை நிறைத்தது.

நான் போட்ட கூச்சலில் ரோஸ்லிண்ட் விழித்துக் கொண்டாள். என்ன என்று அவள் கேட்பதற்குமுன் நான் படபடப்புடன் விஷயத்தைச் சொன்னேன்.

“என்னது?” என்றாள் அவள் கண்கள் அகல, “ஓ... மைகாட்!” என்றாள் திரும்பத் திரும்ப.

மூவருக்குமே செய்தி பெரிய அதிர்ச்சியாக இருந்ததில் வெகுநேரத்திற்கு திக்பிரமை அடைந்த நிலையில் அமர்ந்திருந்தோம். இடையிடையில் மதத்தை அரசியலாக்கிவிட்ட அரசியல்வாதிகளைத் திட்டினோம். நாணா எங்கிருந்தோ ஒரு ரேடியோவைக் கொண்டு வந்தான். செய்தியறிக்கைகள் கேட்கக் கேட்க நாபியிலிருந்து ஆத்திரமும் ஆதங்கமும் பொங்கி எழுந்தன. சற்றுமுன் தெய்வ சன்னிதானத்தில் நின்று அனுபவித்த பரவசமெல்லாம் ஏதோ கனவுபோல மனசில் வெறுமை படர்ந்தது. தெய்வத்தின் பெயரைச் சொல்லி அடிப்படை நாகரிகத்தையே பழிக்கும் நீசத்தனத்தைக் கண்டு கலவரம் தோன்றிற்று. ஆனால் இவ்வளவிற்கும் இடையில்

இனிமேல் என்ன பிரச்சனைகள் உருவாகும் என்ற கவலை என்னை ஆட்கொண்டது. மேற்கொண்டு பயணத்தைத் தொடர முடியுமா, எந்த வழியில் சென்றால் ஆபத்தைத் தவிர்க்கலாம் என்று நானும் நாணாவும் யதார்த்த விவாதத்தில் ஆழ்ந்தபோது எங்களது சுயநலத்தை நினைத்து எனக்கு வெட்கமேற்பட்டது. "ரொம்பத் திட்டம் போடாதே" என்றாள் ரோஸ்லிண்ட் மெல்ல. "ஸாரி மைதிலி, என்னால் உனக்கு ரொம்பத் தொந்தரவு ஏற்படப் போகிறது." நான் கவலையுடன் அவளைத் தொட்டுப் பார்த்தேன். உடம்பு தகித்தது. நான் கதி கலங்கிப் போனேன். அயோத்திக்கும் எங்கள் எல்லோருக்கும் நெருக்கமான தொடர்பு இருப்பதுபோல் பட்டது. நீதான் குற்றவாளி என்ற அந்தக் குழந்தைகளின் குற்றச்சாட்டுக்கு ஒரு அர்த்தம் இருக்க வேண்டும் என்று விசித்திரமாகத் தோன்றிற்று.

ரோஸ்லிண்டின் டாக்டர் அவசரக் காலத்தில் காங்டாக்கில் தொடர்பு கொள்ளச் சொன்ன டாக்டருக்கு நான் பதற்றத்துடன் டெலிபோன் செய்ய முயன்று தோற்றுப் போனேன். லைன் செத்திருந்தது. எனக்குக் கையும், காலும் ஜில்லிட்டுப் போயிற்று. ரோஸ்லிண்ட் கிட்டத்தட்ட மயங்கிப் போனவள்போல், நான் பேசுவதெல்லாம் காதில் விழாத ஒரு சோர்வில் கண் திறக்காமல், வாய் பேசாமல் படுத்திருந்தாள். மாலையில் அவள் உடம்பு சுடுவதைக் கண்டதும் டாக்டரை அழைக்க வேண்டும் என்று நான் அவசரபட்ட போது "ஃபஸ் பண்ணாதே மைதிலி" என்று என்னை அடக்கி இருந்தாள். "எனக்கு அடிக்கடி வருகிறதுதான் இது. உண்மையில் எனக்கு தினமுமே டெம்ப்ரேச்சர் நார்மலுக்கு மேல்தான் கொஞ்சநாளாக இருக்கிறது. மருந்து வைத்திருக்கிறேன். சாப்பிட்டால் குறைந்துவிடும்" என்றாள்.

"எதற்கும் டாக்டரைக் கூப்பிடலாம் ரோஸ்லிண்ட்!"

"நோ!" என்றாள் அவள் தீர்மானமாக.

"இன்றைய அனுபவத்திற்குப் பிறகு நான் உயிர்வாழ வேண்டிய அவசியமில்லாதது, நிச்சயமாகி விட்டது. இங்கும் டாக்டரைப் பார்க்க என்னை வற்புறுத்தாதே!"

சரியான பைத்தியக்காரத்தனமான வாதமாகத் தோன்றிற்று எனக்கு. லேசான எரிச்சல் தலைதூக்க,

"ஏதாவது எசகுபிசகாகப் போனால்?" என்றேன்.

"பிடிவாதம் பிடிக்காதே! ரோஸ்லிண்ட்தான். உன்கூட வந்ததற்கு அர்த்தமில்லாமப் போகும்."

அவளுக்குத்தான் இப்போது எரிச்சல் வந்தது.

"நீ இதைப் பற்றியெல்லாம் குழம்பக்கூடாது. நீ வந்தால் எனக்கு உதவியாக இருக்கும் என்கிற எண்ணத்துடன், நான் நிச்சயம் உன்னைக் கூப்பிடவில்லை. இந்தப் பயணம் உனக்கு நல்லது என்றுதான் கூப்பிட்டேன். ஓ காட், நான் உனக்குப் பாரமாகப் போய்விடக் கூடாது மைதிலி."

"பாரமென்று நான் நினைக்கவில்லை, உளறாதே ரோஸ்லிண்ட்!"

"நீ நினைக்கமாட்டே. ஆனால் நான் உன் பொறுப்பில் இருப்பதாக நீ நினைத்தாலே அது எனக்குச் சுமை."

நான் சோர்ந்துப் போனேன், அவள் பிடிவாதக்காரி. அவளையும் மீறிக்கொண்டு டாக்டரை என்னால் வரவழைக்க முடியவில்லை. அவன் தானாக மாத்திரைகளை விழுங்கினாள். "எனக்கு இப்பொழுது ஒன்றுமில்லை களைப்பாக இருக்கிறது அவ்வளவுதான்" என்று படுக்கப் போனாள்.

எனக்குத் தூக்கம் வரவில்லை. மாலை சேதி கேட்டதிலிருந்து மனசு பிரமை பிடித்துப்போனது போலிருந்தது. இவளுடைய உடம்பைப் பற்றின கவலையும் மூலையில் முணுக் முணுக்கென்று அரித்தது. காலையில் கஞ்சன் ஜங்காவைப் பார்த்தபோது 'நான்' என்பது தூசாகி நின்ற அனுபவம் நினைவுக்கு வந்தது. இப்போது இந்த அயோத்தியா நிகழ்வும் என்னைத் தூசாக்கியது போலிருந்தது. முன்னது பேரானந்த நிலை. பின்னது என்னை அதலபாதாளத்தில் தள்ளி, தனிமனிதன் என்பவன் ஒரு பெரிய சைஃபர் என்று எள்ளிச் சிரித்தது. இனிமேல் கும்பலின் சாம்ராஜ்யம் என்றது. உன் படிப்பு, பாரம்பரியம், கலாசாரம், எண்ணங்கள்,

குறிக்கோள்கள், எத்தனை உன்னதமாக இருந்தாலும் அதற்கு ஏதும் மதிப்பில்லை என்றது. கும்பலின் ராட்சத ஆதிக்கத்தில் நீ மிதிபட்டுப் போவாய் கும்பல்தான் இனி கடவுள். அது வைத்ததுதான் சட்டம். நீ ஒரு சூன்யம்...

நான் புரண்டு புரண்டு படுத்தேன். 'ஓ'வென்று கைகள் இரண்டையும் உயரத் தூக்கிக் கத்த வேண்டும்போல இருந்தது. என்ன ஆகிவிட்டது நமக்கு? என்ன ஆகிவிட்டது எனக்கு? எனக்கும் அந்தக் கும்பலுக்கும் சம்பந்தம் இல்லை என்று நான் எப்படி ஒதுங்கியிருப்பது? கனவில் வரும் சொமாலியக் குழந்தைகள் மீண்டும் எதிரில் நின்றன. நீ தப்ப முடியாது என்றன. நீ குற்றவாளி. நீயும் குற்றவாளி.

பெரிய முனகல் ஒன்று ரோஸ்லிண்டிடமிருந்து வெளிப்பட நான் திடுக்கிட்டு நிமிர்ந்து உட்கார்ந்தேன். கும்மிருட்டில் விளக்கு ஸ்விட்சைத் தேடிப் போடுவதற்குள் குளிரில் உடம்பு வெடவெடத்துப் போயிற்று. ரோஸ்லிண்டின் உடம்பு அனலாய்க் கொதித்தது. என்னை அரக்கபரக்கப் பார்த்து "நான் அன்னியம் இல்லை மைதிலி, இந்தியன். நீ அதை நம்புகிறாயோ?" என்றாள். என் அடிவயிற்றில் கப்பென்று பீதி படர்ந்தது, "அதைப் பத்தி இப்ப என்ன சந்தேகம் ரோஸ்லிண்ட்" என்று கனிவாக அவள் நெற்றியை வருடி முத்தமிட்டேன். நெற்றி கொதித்தது.

பிறகு அவள் பேசவும் இல்லை. கண்ணைத் திறக்கவும் இல்லை. நடுக்கூடத்திலிருந்த டெலிபோன் செத்திருந்ததைக் கண்டு அரண்டு நான் நாணாவின் அறைக்குச் சென்று நன்றாக உறங்கிக் கொண்டிருந்த அவனை உலுக்கி எழுப்பினேன்.

"கவலைப்படாதே" என்றான் அவன் வழக்கம்போல், "விலாசத்தைக் கொடு. நான் பகதூரோடு போய் அழைச்சுண்டு வரேன்" என்று உடனடியாக கிளம்பினான்.

டாக்டருடன் அவர்கள் வந்துசேர ஒருமணி நேரம் ஆகிவிட்டது. டாக்டர் ஏதோ ஊசி போட்டார். நான் சொன்ன அவளது வியாதிச் சரித்திரத்தைக் கேட்டு உதட்டைப் பிதுக்கித் தலை அசைத்தார்.

“நீங்கள் தில்லிக்கு சீக்கிரம் கிளம்புவது நல்லது. இங்கு ஏதும் வசதி இல்லை” என்றார் தெளிவாக “இந்தப் பெண்மணிக்கு தைரியம்தான்” என்றார் திரும்பத் திரும்ப, தன் கைவசம் இருந்த மாத்திரைகளைக் கொடுத்து ‘மிகுதியைக் காலையில் கடை திறந்ததும் வாங்கிக் கொள்ளுங்கள்’ என்று கூறிவிட்டுக் கிளம்பியபோது, இவர் வந்ததில், எனக்கு இருந்த தைரியமும் போனதுபோல இருந்தது. அதுவரை உணர்ந்தறியாத பலவீனம் என்னை ஆட்கொண்டது. என் கண்களிலிருந்து நீர் வருவதைக் கண்டு திடுக்கிட்டேன். ஆனால் கட்டுப்படுத்திக் கொள்ள முடியவில்லை. கண்ணீர் தன்னிச்சையாக வழிந்தது. தோளில் நாணாவின் கை அமர்ந்ததை உணர்ந்தும் கண்களைப் பொத்தியிருந்த கைகளை விலக்காமல் அமர்ந்திருந்தேன். அவன் எந்த சமாதான வார்த்தைகளையும் சொல்லாமல் மௌனமாக நின்றதே எனக்கு இதமாக இருந்தது. துக்கம் விசாரிக்கப் போகும் இடத்தில் வார்த்தைகளுக்கு அவசியமில்லை என்கிற மாதிரி. திடீரென்று, இந்தக் கண்ணீர் ரோஸ்லிண்டுக்காக இல்லை என்று புரிந்தது. என்னுள் நிகழ்ந்த ஒரு சாவுக்காகத்தான் இந்த அழுகை. இதை நாணாவும் உணர்ந்திருப்பான் என்று எனக்கு விசித்திரமாகத் தோன்றிற்று. என் கண்ணீர் ஓயும்வரை அவன் கைகள் என் தோளில்மேல் இருந்தன.

நான் என் கரங்களை விலக்கி அவனைப் பார்த்து லேசாகப் புன்னகைத்து “ஸாரி” என்றேன்.

“எதுக்கு ஸாரி?” என்றான் அவன் தீவிரத்துடன். “ரோஸ்லிண்டுடைய ஜுரம் ஒரு க்ளைமாக்ஸ். அவ்வளவுதான். உன் அழுகைக்கு அது மட்டும் காரணமா இருக்க முடியாது.”

நான் பதில் பேசாமல் அமர்ந்திருந்தேன், நாணா என் அருகில் அமர்ந்திருந்தான், மிதமிஞ்சிய தனிமை உணர்வு என்னை ஆக்கிரமித்தது.

“எனக்குள்ள ஒரு பயம் ஏற்பட்டிருக்கு நாணா, ரொம்பப் பெரிய குற்றம் செஞ்ச மாதிரி இருக்கு. அதிலேந்து நா தப்பிக்க முடியாதுன்னு தோணறது.”

நாணா என் கையைப் பற்றித் தன் கைகளுக்குள் வைத்துக் கொண்டான். “நானும் குற்றம் செஞ்சவன், நானும் தப்ப முடியாது மைதிலி” என்றான் மென்மையாக.

“ரோஸலிண்டை இந்தச் சம்பவம் இப்படி பாதிக்கும்னு நா எதிர்பார்க்கல்லே நாணா. அவ வேற நா வேறன்னு நா நினைச்சதில்லே. இன்னிக்கு ஜ்ஊர வேகத்திலே கேட்கறா, நா அன்னியம்னு நீ நினைக்குறியான்னு!”

மீண்டும் என் கண்களிலிலிருந்து நீர் வழிந்தது. “அவளுடைய உடல்நிலையைவிட அதுதான் எனக்கு அதிக கவலை தர்றது, எத்தனை பெரிய அதிர்ச்சியாகியிருந்தா ஜ்ஊர வேகத்திலேயே அப்படிப்பட்ட வார்த்தைகள் வரும்!”

நாணா என் வார்த்தைகளையும் என் உணர்வுகளையும் புரிந்துக்கொண்டவனாக வாய் பேசாமல் என் கரத்தை மெல்லத் தட்டினான், சமாதானப்படுத்துபவன் போல.

“அவளால் இந்த அதிர்ச்சியிலிருந்து மீள முடியாது, நாணா.”

“நேத்து நடந்த பைத்தியக்காரத்தனத்திலேருந்து யாருமே தப்ப முடியாது மைதிலி! ரொம்பப் பெரிய பிளவு ஏற்பட்டுப் போச்சு. நம்பிக்கைத் துரோகத்தினாலே ஏற்பட்ட அதிர்ச்சி இது.”

“நம்பிக்கைத் துரோகம்” இந்த வார்த்தைகள் என்னுள் பழைய நினைவலைகளை எழுப்பின மனிதனின் எல்லா துக்கத்துக்கும் இந்தத் துரோகம்தான் காரணம். இது தரும் அதிர்ச்சிதான் காரணம் மகாபாரத காலத்திலிருந்து கௌரவர் சபையில் பாஞ்சாலிக்கு ஏற்பட்ட துரோகம், கர்ணன் அனுபவித்த துக்கம், ஏகலைவனுக்கு இழைத்த அநீதி... வியாஸர் குமுறிக் கொண்டே எழுதியிருக்க வேண்டும். போங்கள், உங்களுக்கெல்லாம் விமோசனம் இல்லை. அடித்துக்கொண்டு அழிந்து போங்கள் என்று வெறுத்திருக்க வேண்டும். புல்லெல்லாம் வாளாகி, யாதவர்கள் ஒருவரையொருவர் வெட்டி வீழ்த்தி அழிந்தது அவருக்கு நிம்மதியில் வாளாகவில்லை. அவருடைய எழுத்தாணியே வாள், எனக்கு இன்று அப்படித்தான் ஆத்திரம் வருகிறது.

இந்த ஆத்திரத்தை நான் ஏற்கனவே அனுபவித்திருக்கிறேன், உருவமில்லாத அருவங்களின் மென்னியைத் திருக வெறி கொண்டிருக்கிறேன். அந்த வெறி இன்றும் என் இரவுகளைத் துன்புறுத்துகிறது.

"இந்த அதிர்ச்சியை நா அனுபவிச்சிருக்கேன் நாணா!" என்றேன் திடீரென்று.

திடுக்கிட்டவன் போல் நாணா என்னை நிமிர்ந்து பார்த்தான். அவன் கண்களில் தெரிந்த பரிவில் நான் கரைந்து போவதுபோல் இருந்தது. இதுவரை யாரிடமும். வெளிப்படுத்தாததை இவனிடம் கொட்டிவிட வேண்டும்போல் ஒரு விநோதமான உத்வேகம் எழுந்தது.

"எல்லா துரோகத்துக்கும் அடிப்படைக் காரணம் ஒண்ணுதான். மனுஷத்தனம் என்கிற நாகரிகம் செத்துப்போன காரணம். இந்த நாகரீகத்துக்கும் படிப்புக்கும் சம்பந்தமில்லை, ஜாதியும் மதமும் சம்பந்தமில்லை, உன்னுடைய வேர்களுக்கும் அதுக்கும் கனெக்ஷன் இல்லை உன் பாரம்பர்யம் முக்கியமில்லே நாணா! நீ இன்னிக்கு மனுஷனா இருக்கியா என்கிறதுதான் முக்கியம்."

நாணா பதிலே சொல்லாமல் என்னைப் பார்த்துக் கொண்டிருந்தான். வேறு சமயமாயிருந்தால் பெரிய விவாதத்தில் இறங்கியிருப்பான்.

"உன் துக்கம் என்னன்னு சொல்லு மைதிலி!" என்றான் கனிவுடன்.

"நம்பிக்கைத் துரோகம்தான் என்னுடைய துக்கம் நாணா!" என்றேன் கசப்புடன், "சதீஷ் எனக்குச் செஞ்ச துரோகம். அது எனக்கு ஏற்படுத்தின அதிர்ச்சி, ஏமாற்றம்."

நாணா மௌனமாக என் கைகளைப் பிடித்தபடி அமர்ந்திருக்க, நான் மெல்ல மெல்ல எனக்குள் பழைய நினைவுகளில் உரக்கச் சஞ்சரித்தேன்.

"அவனை நா ரொம்ப விரும்பி பைத்தியமாகக் காதலிச்சு நான் கல்யாணம் செய்துண்டேன். கல்யாணத்துக்கு முந்தி அவன்

காட்டின முகம் வேற ஒரு மனுஷனாலே எப்படி அப்படி நடிக்க முடியும்னு புரியல்லே. அவனுடைய கவர்ச்சியான உருவத்தைப் பாத்து, அவனுடைய அழகான இங்கிலீஷைக் கண்டு மயங்கினேன்னு நினைக்கிறேன். கல்யாணம் என்கிற பந்தம் ஆண், பெண் அந்தஸ்து நிலையை எப்படியெல்லாம் மாற்றும் என்கிறதுக்கு என்னுடையது நல்ல உதாரணம். இத்தனைக்கும் சதீஷ் பெரிய படிப்பு படிச்சவன். மேட்டுக்குடியிலே பிறந்தவன். மிராசுதாரா இருந்து ஆட்டம் போட்ட என் தாத்தாவுக்கும் இவனுக்கும் வித்தியாசமில்லே. என் தாத்தா தன்னுடைய முப்பாட்டன் வெச்ச சொத்தை அழிச்சார். இவன் நா தான் அவனுடைய சொத்து என்கிற எண்ணத்திலே நடந்துண்டான். என்னை அழிக்க ஆரம்பிச்சான்."

நான் சற்று நிறுத்தினேன். பழைய நினைவுகள் கிளப்பிய துக்கத்தில் மூச்சு வாங்கியது. என் துக்கத்தை அப்பாவையும் ரோஸ்லிண்டையும் தவிர யாரும் புரிந்து கொண்டதில்லை இவன் புரிந்து கொள்ளக் கூடியவனா என்கிற சந்தேகமில்லாமல் நான் தொடர்ந்தேன்.

"பெண் சகவாசம் இருந்ததா என்று எனக்குத் தெரியாது. அதைத் தெரிந்து கொள்ள எனக்கு ஆர்வமில்லை, ஆனால் அவன் என்னை உபயோகித்தான்" என்றேன் ஆங்கிலத்தில். இப்படிப்பட்ட அந்தரங்கங்களை அன்னிய மொழியில் பேசுவதில் கூச்சம் சற்று குறைவதுபோல் இருந்தது. ரோஸ்லிண்ட் ஆழ்ந்த உறக்கத்தில் இருந்தாள். அவளுக்குக் கேட்டாலும் இது அவளுக்குப் புதிய விஷயம் இல்லை.

"அவனுடைய சுபாவமே மாறிப் போயிற்று. எந்த வேலையிலும் பொருந்தி இருக்கமாட்டான். வீட்டில் அமர்ந்து குடிப்பான். தினமும் நான் பணம் கொடுக்க வேண்டும். ஆரம்பத்தில் இதையெல்லாம் நான் பொருட்படுத்தவில்லை. அவனுக்கு நிஜமாகவே, ஏதோ பிரச்சனைகள் என்று பச்சாதாபப்பட்டேன், பண விஷயத்தில் நான் என்றுமே கருமியாக இருந்ததில்லை. அவன் மேலிருந்த

காதலினால் அவன் கேட்டபோதெல்லாம் எதற்கு என்றுக்கூடக் கேட்காமல் கொடுப்பேன். மெல்ல மெல்ல அவன் பெரிய வலைகளை விரித்தான் என் பெயரைச் சொல்லி, அவன் செலவழித்த செலவுகளின் பில்கள், வாங்கின கடன்கள் எல்லாம் என் ஆபிசுக்கே வர ஆரம்பித்த பிறகுதான் நான் விழித்துக் கொண்டேன். இப்படியெல்லாம் அவன் செலவழிப்பதற்கு என்னால் பணம் கொடுக்க முடியாது என்று நான் கண்டிப்பாகச் சொன்ன அன்று, பூகம்பம் வெடித்தது. அவனுக்கு அப்படிக் கோபம் வந்து நான் பார்த்ததில்லை, 'சம்பாதிக்கிற திமிரா?' என்று கிராமத்து ஆள் மாதிரி என் கன்னத்தில் அடித்தான். நான் நிலைகுலைந்துப் போனேன் அவன் அறைந்தான் என்பதை என்னால் நம்பக்கூட முடியவில்லை இதைப் பற்றி யாரிடமும் சொல்லக்கூட அவமானமாக இருந்தது மகாக்கோபம் வந்தது. அன்று இரவு இல்லாத சாகசமாடி என்னைச் சமாதானப்படுத்தினான். பணம் என்பதை சர்ச்சை செய்வதே அநாகரீகம் என்றான். அவன் சம்பாதிக்கிறதை முழுக்கச் செலவழிக்க எனக்கு உரிமை இருக்கிற மாதிரி நான் சம்பாதிக்கிறதைச் செலவழிக்க அவனுக்கு உரிமை இல்லையான்னான். கடைசியிலே நாதான் சின்ன புத்தியோடு நடந்த மாதிரி எனக்கு வெட்கமேற்பட்டது. அப்படிப்பட்ட சாமர்த்தியம் அவனுக்கு!"

இதைச் சொல்லும்போது நான் சிரித்தேன். நாணா சிரிக்கவில்லை.

"ஆனால் இப்படி நடப்பது வழக்கமாகிப் போச்சு. நான் வாயை மூடிண்டு இருக்கல்லைதான் தினமும் சண்டை போடுவேன். வாக்குவாதம் செய்வேன். அவனுடைய மூர்க்கம் அதிகமாகிப் போகும்போது அடியும் வாங்குவேன். ஆனால் பிரிஞ்சு போகணும்னு நினைக்கல்லே. அவன் திருந்திடுவான்னு நம்பினேன். என் பாட்டி நம்பின மாதிரி."

இப்பவும் சிரித்தேன் என்னுடைய சங்கடத்தை மறைக்க நாணா தன் உள்ளங்கையால் என் கையை அழுத்தினான்.

"அவன் மாறல்லே. என் பாங்க் பணம், நகை எல்லாத்தையும் சுரண்டினான். அப்பாவும் ரோஸ்லிண்டும் செஞ்ச உபதேசத்தில் மனசு தெளிய ஆரம்பிச்சதும், இனிமே பொறுக்க முடியாதுன்னு விவாகரத்துக் கோரினேன்."

நாணா பேசவில்லை, மித மிஞ்சிய ஆயாசத்துடன் நான் கண்களை மூடிக்கொண்டேன். மனசில் வெறுமை படர்த்தது. நாணாவிடம் தான் முழுவதும் சொல்லவில்லை. வேறு எப்போதாவது சொல்வேனோ என்னவோ. என் பொறுமை நழுவிய தருணம் அதை நினைக்கும் போதெல்லாம் எனக்கு அவமானம் ஏற்படுகிறது. யுத்தகளமாகப் போய்விட்டிருந்த வாழ்விலும் சில வெட்கங்கெட்ட இரவுகளின் உறவினால் நான் கர்ப்பமானது எனக்கு அவமானம் என்று தோன்றவில்லை. அவனை அது மாற்றலாம் என்று நினைத்தேன். மாறிப்போனதாக அவன் நடித்தான். டாக்டரிடம் அவன் என்ன சொன்னானோ, அரைமணி நேர கண்கட்டு வித்தையில் என் கர்ப்பம் சிதைக்கப்பட்டதை உணர்ந்தேன். எனக்கு அவன், பின்னால் கூசாமல் கொடுத்த விளக்கம் நீ நவயுகத்துப் பெண், தாய்மை என்பது உன்னதம் என்கிற பழைமை சித்தாந்தி இல்லை நீ. அதைத் தவிர பெரிய பதவியில் இருப்பவள், குழந்தையைப் பெற்றுக்கொண்டு எதிர்காலத்தைப் பாழாக்குவாயா? அதற்கு நான் உடந்தையாக இருக்க முடியாது. ஆஃப்டர் ஆல் அது நானில்லாமல் இனித்திருக்காது.'

சடசடவென்று என்னுள் இருந்த நம்பிக்கைகள் எல்லாம் முறிந்தன. நான் காளி சுயரூபம் எடுத்தேன்.

"டாம் யூ!" என்று பெரிதாக அலறினேன். என் கர்ப்பத்தைக் கலைக்க உனக்கு என்ன உரிமை? என் பணத்தை எடுத்துக்கோ. சொத்தை எடுத்துக்கோ. நீ நாசமாய் போ என் குழந்தை, என் கர்ப்பம் அதிலே கை வைக்க உனக்கு என்ன உரிமை?"

"நான் உன் கணவன்!"

"தூ!" என்று காறி உமிழ்ந்தேன். பேடிப் பயலே! உனக்கு சம்பாதிக்கத் துப்பு இல்லே! நான் சம்பாதிக்கல்லேன்னா உன்

கதி என்ன என்கிற பயத்ததினாலேதானே அதை அழிச்சே! நீ மனுஷனா? ஓடு! எடு ஓட்டம். இங்கேயிருந்த நான் போலீஸைக் கூப்பிடுவேன். கேஸ் போடுவேன்! ஐ ஹேட் யூ! ஐ ஹேட் யூ!”

“மைதிலி! மைதிலி!”

நான் திடுக்கிட்டு சுயநினைவுக்கு வந்து நிமிர்ந்தேன். என் கன்னத்தில் வழிந்த நீரை நாணா தன் கைக் குட்டையால் துடைத்தான்.

“எல்லாம்தான் முடிஞ்சு போச்சே, இப்ப எதுக்கு அதை நினைச்சு துக்கப்படறே?” என்றான் மென்மையாக.

“இன்னிக்கு அதிகமா நினைவு வருது” என்றேன், நான் என்னை சமாளித்துக் கொண்டு. “எல்லா மோசமான அனுபவங்களுக்கும் தொடர்பு இருக்கிற மாதிரி இருக்கு நாணா.”

அவன் லேசாகப் புன்னகைத்து என் தோளைத் தட்டினான்.

“மோசமான அனுபவத்திலேர்ந்து ஞானம் பிறக்கும் மைதிலி! ரோஸ்லிண்ட் தூங்கும்போது நீயும் ரெஸ்ட் எடு. நாளைக்கு முடிஞ்சா தில்லிக்குக் கிளம்பணும். விடிஞ்ச பிறகுதான் நிலைமை எப்படி இருக்குன்னு தெரியவரும்.”

அதைத் தெரிந்துக்கொள்ள ரோஸ்லிண்டிற்கு விருப்பமிருக்கவில்லை என்று விடிந்ததும் தெளிவாயிற்று மூச்சு அடங்கிப் போயிருந்தது.

கண்ணீர் வரவில்லை, மனசு இறுகிப் போயிற்றா? அல்லது மோனநிலையை அடைந்துவிட்டதா? என்று புரியவில்லை. கடந்த பத்து வருஷங்களாக என் சக துக்கங்களையெல்லாம் தன்னுடையவை போல நினைத்து. சந்தோஷப்பட்டு, விசனப்பட்டு, பாராட்டி ஆலோசனை தந்த உற்ற தோழி பொசுக்கென்று ஒருநாள் போதின் அதிர்ச்சியில் உயிரை விட்டது, எனக்குப் புதிய அதிர்வைக் கொடுக்காதது ஆச்சரியம். ‘நான் அன்னியம் இல்லை மைதிலி’ என்று நடு இரவில் அரக்கப் பரக்க அவள்

ஜுர வேகத்தில் சொன்ன தருணத்திலிருந்து நான் அவளுடைய சாவுக்குத் தயாராகிப் போனேன் என்று நினைக்கிறேன்.

இல்லை, இல்லை, அதற்கும் முன்னாலேயே அதற்கான தயாரிப்பு நேர்ந்தது. 'இனிமேல் உயிர் வாழ்வதில் ஏதும் அர்த்தமில்லை' என்று அவள் மாலையில் சொன்னபோது, அவள் குரலில் இருந்த துக்கத்தையும், வெறுப்பையும் கண்டு எனக்கு அடிவயிற்றில் ஜில்லிட்டுப் போனது நினைவுக்கு வருகிறது. அவளுடைய துக்கத்திற்கான காரணத்துக்காக நான் வெட்கிப் போனதும், அதற்காக குற்ற உணர்வு ஏற்பட்டதும் நினைவுக்கு வருகிறது முதல்முறையாக அவள் மைனாரிட்டி பிரிவை சேர்ந்தவள் என்கிற பிரக்ஞை அவளை என்னிடமிருந்து அன்னியப்படுத்தி என்னைக் குற்றம் சாட்டியதைப்போல் இருந்தது.

அவள் உயிர் வாழ இஷ்டப்படவில்லை. அதனாலேயே உயிர் துறந்தாள். உயிர்விட நினைத்ததும் வடக்கு பார்த்து அமர்ந்து உயிர் துறக்கும் தபஸ்விகளைப்போல. அவள் நினைத்திருந்தால் இன்னும் சிறிதுகாலம் உயிர் வாழ்ந்திருப்பாள் என்று எனக்கு நிச்சயமாகத் தோன்றுகிறது. இவ்வளவு நாள் அவள் ஜீவித்ததே அந்த வீம்பில்தான். இரண்டு வருஷங்களுக்கு முன் ஒருநாள் என்னிடம் வந்து புன்னகையுடன், "எனக்கு தொண்டைக் கான்சர்" என்று அவள் சொன்னபோது நான்தான் நிலைகுலைந்துப் போனேன். ஆனால் சமாளித்துக் கொண்டு, "ஆரம்பத்திலேயே பார்த்துவிட்டால் ஆபத்தில்லை ரோஸ்லிண்ட் கவலைப்படாதே" என்றேன்.

அவள் லேசாகச் சிரித்தாள். "ஆரம்பமில்லை இது. முற்றி வருகிறது. ஆனால் நான் அதோடு போராடுவேன். உயிர் வாழும் ஆசை எனக்கு இருக்கிறவரை அது என்னை ஒன்றும் செய்ய முடியாது." அந்த நித்தியப் போராட்டத்தில் அவள் துவண்டுவிடாமல் தொடர்ந்து அலுவலகத்துக்கு வந்து வழக்கம்போல் வேலை பார்த்தது மட்டுமில்லை, தனக்கு உடம்பு சரியில்லை என்று தப்பித்தவறிக்கூட வெளியில் சொல்லாதது அதிசயம். மற்றவர்களின் அனுதாபம் அவளுடைய

தன்னம்பிக்கையைக் குலைக்கும் என்று அவள் அறிந்திருந்தாள் என்று நினைக்கிறேன். அவள் என்னை இங்கு அழைத்து வந்தது தன்னைப் பற்றிய பயத்தினால் இல்லை. அவள் சொன்னது சரி, எனக்கு ஒரு மாறுதல் வேண்டும் என்கிற எண்ணத்தில்தான், என்னை வற்புறுத்தி அழைத்து வந்தாள் என்று எனக்குப் புரிகிறது. 'குண்டு தைரியம் இந்தப் பெண்மணிக்கு' என்று நேற்று அந்த டாக்டர் அதிசயப்பட்டது எனக்கு நினைவுக்கு வந்தது. சாதாரண தைர்யம் இல்லை அது. மரண பயத்தை வென்ற ஞானம் அது. அதனால்தான் இனிச் சாக வேண்டும் என்று நினைத்த மாத்திரத்தில் சாவு வந்தது. சொந்தபந்தம் யாரும் இல்லாத ரோஸ்லிண்டின் உடலை தில்லிக்கு எடுத்துப் போவதில் ஏதும் அர்த்தமில்லை என்று நான் நினைத்தேன். அவளுக்குப் பிடித்தமான மலைப் பிரதேசத்திலேயே அடக்கம் செய்யலாம் என்று என் யோசனையை நாணா ஆமோதித்தான்.

"நமக்கு வேறு வழியும் இல்லே" என்றான். "அயோத்தியா சம்பவத்தாலே ரயில் போக்குவரத்து பாதிக்கப்பட்டிருக்கு. இந்தியன் ஏர்லைன்ஸ் ஸ்ட்ரைக்னாலே விமானப் போக்குவரத்தும் இல்லை"

டாக்டரே ஒரு பாதிரியை அழைத்து வந்தார்.

மதத்தைப் பற்றி ஒன்றுமே பேசாத, இடதுசாரிக் கொள்கைகள் கொண்டிருந்த ரோஸ்லிண்டிற்கு கிறிஸ்துவ முறைப்படி அவளது கடைசிப் பயணம் துவங்கியது எனக்கு விநோதமாக இருந்தது.

"அவள் ஒரு அமெரிக்கனா, இங்கிலீஷா?" என்று டாக்டர் கேட்டபோது நான் திடுக்கிட்டு சுயநினைவு அடைந்தேன்.

"இரண்டுமில்லை, அவள் ஒரு இந்தியன்" என்றேன் வேகமாக.

என் குரலிலிருந்த ஆவேசத்தைக் கண்டு திடுக்கிட்டவன்போல் நாணா நிமிர்ந்து என்னைப் பார்த்தான்.

"அவள் இந்தியன்" என்றேன் மறுபடி. "வேறுவிதமாக அவள் நினைக்கவேயில்லை. தன் வேர்கள் எங்கே என்றுகூட

அவளுக்குச் சந்தேகமிருக்கவில்லை. இந்த மண்ணில்தான் இருப்பதாக அவள் நம்பினாள். அவளுடைய முதாதையர்கள் இங்கிலீஷ்காரர்கள். ஆனால் தன்னை இங்கிலீஷ்காரி என்று அவள் நினைத்ததில்லை."

இத்தனை நீளம் நான் ஏன் இந்த முன்பின் தெரியாத டாக்டருக்கு விளக்கிக் கொண்டிருக்கிறேன் என்று எனக்குப் புரியவில்லை. ஏதோ பொதுமேடையில் நின்று கொள்கை விளக்கம் சொல்வதுபோல் இருந்தது. நாணா என் இடையை அணைத்தபடி நடந்தது சமாதானமாக இருந்தது. அது ஏற்படுத்திய சினேகபாவத்தில், அத்தனை நேரம் அடக்கி வைத்திருந்த துக்கம் குமுறிக் கொண்டு கண்ணீராய்ப் பெருகிற்று.

அன்றிரவு நாணா நான் படுக்கப் போகும்வரை என்னுடன் அமர்ந்து சமாதானமாகப் பேசிக் கொண்டிருந்தான். நாணாவிடமே பெரிய மாற்றம் ஏற்பட்டிருந்ததுபோல் இருந்தது. அது என்ன மாற்றம் என்று எனக்குச் சரியாக விளங்கவில்லை.

அயோத்தியா சம்பவமும் ரோஸ்லிண்டின் இறப்பும் அவனுள் நிச்சயம் ஒரு தாக்கத்தை ஏற்படுத்தியிருந்தது. நான் நினைத்ததைவிட அதிகமாக தில்லியில் இவனைப் பற்றி நான் கொண்ட கணிப்பிற்கும், இங்கு நான் பார்ப்பதுக்கும் நிறைய வித்தியாசம் இருந்தது. என்னுடைய முந்தைய கணிப்பு தவறானதாக இருக்கலாம் என்று தோன்றிற்று. தில்லியில் இவன் எதையோ தேடி ஆலாய்ப் பறந்தவன். இங்கு அடங்கிப் போனவன்போல் ஒரு நிதானம் வந்திருந்தது. "கஷ்டமான அனுபவங்களிலிருந்துதான் ஞானம் பிறக்கும்" என்றான் இவன் அன்று. ஞானத்தின் வாசலில் நிற்கிறானோ என்னவோ! ரோஸ்லிண்ட் சொன்னது நினைவுக்கு வந்தது. "நல்லவர்களை நீ இனம் காணமாட்டே. இவன் நல்லவன்" இவனிடம் நான் சினேகிதமாக இருக்க வேண்டும் என்று அவள் விரும்பினாள் என்று தோன்றிற்று. சதீஷிடமிருந்து நான் பூரணமாக உணர்வு ரீதியாக விலகவில்லை என்று அவள் நினைத்திருக்கலாம். அதனாலேயே 'உன்னை அவன் காதலிக்கிறான்' என்று சரடு திரித்திருக்க வேண்டும்...

எனக்கிருந்த மனச்சோர்வில் இப்படிப்பட்ட சிந்தனைகளில் லயிப்பதே அபத்தம் என்று தோன்றிற்று. தனிப்பட்ட மனிதர்களின் சின்ன பெரிய பிரச்சனைகளுக்கெல்லாம் இப்போது அர்த்தமே இல்லை என்று பரிதவிப்பு ஏற்பட்டது. நாணாவின் வேர்களைத் தேடும் பயணமும் அர்த்தமற்றது. எந்த வேர்கள்? யார் பரப்பியது? எத்தனை பழசு? பூகோள் சரித்திர எல்லைகளுக்குள் அடங்கக் கூடியதா? எதற்காக இந்தத் தேடல்? மறந்துப்போன பாதையை நினைவுபடுத்துவதா?

மனித நேயத்தை எந்தப் பாதையில் தேடுவது? அதுவல்லவா இந்த மண்ணிற்கு வேண்டிய ஆற்று! அந்த தவத்தினாலல்லவா, இன்று இத்தனை முகங்கள், இத்தனை மதங்கள், இத்தனை மொழிகள்! வற்றிப்போன அந்த ஊற்றைத்தான் இப்போது தேடவேண்டும். எங்கெல்லாம் அது இருக்கிறதோ, அங்கெல்லாம் தர்மம் இருக்கும், நாராயணன் இருப்பான்.

எனக்கு திடீரென்று ருக்மிணி மாமியின் நினைவு வந்தது. அயோத்தியா சம்பவத்தினால் மாமிக்கு சந்தோஷம் ஏற்பட்டிருந்தால் ஆச்சரியமில்லை. மாமிக்கு எப்படி இருக்கும் ரோஸலிண்டுக்கு ஏற்பட்டதுபோல பாதிப்பு இருக்குமா?

தில்லிக்கு நாங்கள் திரும்புவதற்கான முயற்சியில் நாணா மும்முரமாக ஆழ்ந்தபோது எனக்குத் திடீரென்று தலைச் சுற்றலும் வாந்தியுமாக உடல் நிலைகெட்டது. நாணா பதறிப் போனான். தன் கைவசம் இருந்த ஹோமியோபதி மாத்திரைகளைக் கொடுத்தான். என் வாந்தி நிற்கவில்லை. பச்சைத் தண்ணீர்கூடத் தங்காமல் வெளியேறிற்று. நான் தடுத்தும் கேட்காமல் அவன் டாக்டரை அழைத்து வந்தான்.

"உங்களுக்கு அலைச்சலும் இந்த ஊர்ச் சாப்பாடும் ஒத்துக் கொண்டிருக்காது" என்றபடி டாக்டர் அருகில் வந்தார். வயிற்றை அமுக்கி நாடியைப் பிடித்துப் பரிசோதித்த பிறகு, "கர்ப்பமாக இருக்கிறீர்கள் என்று நினைக்கிறேன்" என்றார் லேசாக, "மாதவிலக்காகி எத்தனை நாட்களாயிற்று?"

பளாரென்று கன்னத்தில் அறை விழுந்ததுபோல் இருந்தது. நான் தடுமாறி நிலைகுலைந்துப் போனேன். சற்று எட்டி நின்றிருந்த நாணா சடக்கென்று அறையைவிட்டு நழுவுவதைக் கண்டு, என் கன்னங்களும் காது மடல்களும், உஷ்ணமேறி எரிச்சல் ஏற்பட்டது. கையும் களவுமாகப் பிடிபட்டாற்போல் மார்பு படபடத்தது.

"இல்லை, இருக்க முடியாது" என்றேன் என்னைச் சமாளித்துக்கொண்டு.

"வெல்!" என்றார் டாக்டர் மெல்லிய புன்னகையுடன். "நீங்கள் எதிர்பார்க்காமல் நேர்ந்திருக்கலாம். கர்ப்பம் என்றுதான் எனக்குத் தோன்றுகிறது. வாந்திக்கு மட்டும் மருந்து தருகிறேன் போதும்."

டாக்டர் எந்த விளக்கமும் என்னைக் கேட்கவில்லை. விவாகரத்தானவள் என்று அவருக்குத் தெரிந்திருக்கலாம். நாணாவே சொல்லியிருப்பான். சீக்வெல் மாத்திரைகளை அவர் என் கட்டிலுக்குப் பக்கத்தில் இருந்து சின்ன மேஜையின்மேல் வைத்துவிட்டு மேற்கொண்டு ஏதும் பேசாமல் சென்றபோது அவர் என்னைப் பற்றி என்ன நினைக்கிறார் என்று என்னால் ஊகிக்க முடிந்தது.

அவசரமாக மனக்கணக்குப் போட்டுப் பார்த்தேன். சம்மட்டித் தாக்குதல்போல் நினைவுக்கு வந்தது. டாக்டரின் ஊகம் சரிதான். இதைவிட குரூரமாக இயற்கை என்னை வஞ்சித்திருக்க முடியாது. "ஓ காட், வாட் அன் ஆண்டி க்ளைமாக்ஸ்!" என்றேன். விட்டத்தைப் பார்த்து. சதீஷின் வஞ்சம் இது. அப்பா சொன்னது சரி காலைச் சுற்றின பாம்பு அவன். என் ரத்த அணுக்களிலெல்லாம் அதன் விஷம் பரவியிருப்பதுபோல் எனக்கு பிரமையேர்பட்டது. நான் வெகுநேரம் தனிமையில் படுத்திருந்தேன். நாணா அருகில் வரவேயில்லை. சந்தனப் பொட்டு வைத்துக்கொண்டு தன் அடையாளத்தைக் காட்ட விரும்பும் அந்தப் பழைமைவாதிக்கு எப்படிப்பட்ட அதிர்ச்சி ஏற்பட்டிருக்கும் என்று என்னால் ஊகிக்க முடிந்தது. ரோஸ்லிண்ட் இருந்திருந்தால் இதற்குக்

காரணம் யார்? என்று அறிந்து, என்மேல் வெடித்திருப்பாள். என்னை, வெகு கேவலமாக நிந்தித்திருப்பாள். நல்லவேளை அவள் இறந்துப்போனது என்று நான் மூர்க்கமாக நினைத்துக் கொண்டேன். அவள் எதிரில் நான் சிறுமைப்பட்டு நிற்க முடியாது.

என்முன் நானே சிறுமைப்பட்டு அன்று நின்றதன் நிரூபனம் இது. புதிதாக ஏதும் அவமானமேற்பட்டவில்லை. அவசியமில்லாத சங்கடம் என்பதைத்தவிர. நான் எழுந்து ஐஸ் நீராய் இருந்த நீரில் முகத்தைக் கழுவிச் கொண்டு நாணாவிடம் சென்றேன். அறை ஜன்னல் வழியாகத் தெரிந்த இருண்ட வானத்தைப் பார்த்தபடி, நாணா சாய்வு நாற்காலியில் அமர்ந்திருந்தான். எனக்கு ஒரு காதலன் இருப்பான் என்று இவன் நினைப்பான் என்கிற எண்ணத்தில் எனக்குச் சிரிப்பு வந்தது. என் மாஜி கணவனால் கற்பழிக்கப்பட்டேன் என்றால் இவன் நம்புவானா? இவனுடைய கணிப்பில் நான் சரிந்துவிட்டேன் என்று எனக்குப் புரிந்தது. அவனை நினைத்து எனக்குப் பரிவு ஏற்பட்டது.

நான் ஓசைப்படாமல் அவன் எதிரில் நின்றதும் ஒரு விநாடி திகைத்து உடனே சமாளித்து. "வா மைதிலி, உட்கார்" என்றான் இயல்பாக. "எப்படி இருக்கே?"

அவன் காட்டிய இடத்தில் அமர்ந்து அவன் கேள்விக்குப் பதில் சொல்லாமல்,

"நாணா, உங்கிட்ட ஒரு விஷயம் சொல்லணும்." என்றேன்.

"சொல்ல வேண்டிய அவசியம் ஏதுமில்லை மைதிலி" என்றான் இருண்ட வானத்தைப் பார்த்தபடி.

"அவசியமோ இல்லை, சொல்லணும்போல இருக்கு எனக்கு."

அவன் என்னைப் பார்த்த பார்வையில் வேதனை தெரிந்தது. ஏமாற்றம் நிழலாடிற்று.

உன்னைப் பற்றி நல்ல அபிப்பிராயம் இருந்தது சற்றுநேரம் முன்வரை என்பதுபோல்.

“இது சதீஷுடைய குழந்தை” என்றபோது வார்த்தைகள் படபடத்தன. “நீ நம்புவியான்னு எனக்குத் தெரியாது. போன மாசம் என்னைத் தந்திரமா அவன் தங்கின ஓட்டலுக்குக் கூப்பிட்டான். நான் போனது தப்பு. என்னைப் பலாத்காரம் செஞ்சான், நாணா. அவனை மீறிண்டு என்னாலே வரமுடியல்லே.”

நாணா பதில் சொல்லவில்லை நான் பேசும்போது திகைப்பு பிரதிபலிக்க லேசாக வாய் திறந்தபடி கேட்டான்.

நான் நிறுத்தியதும் திகைப்பு அகன்று வாய் மூடிக்கொண்டது. ஆ, கட்டுக்கதை என்பதுபோல. இவனிடம் நான் எதற்கு தற்காத்துக்கொள்ளும் வேகத்துடன் இதை விளக்க வேண்டும் என்று திடீரென்று என் மீதே கோபம் வந்தது.

“மங்கம்மா சபதம் மாதிரி சினிமாக் கதைன்னு நினைக்காதே. இது உண்மை. அவனைப் பத்தித் தெரிஞ்சும் ஏன் போனேன்னு நீ கேப்பே. அசட்டுத்தனம்தான். அதுக்கப்புறம் என்னையே ரொம்ப வெறுத்துண்டேன் ரோஸ்லிண்டுக்கு இதைப் பத்தித் தெரியாது. நா அவகிட்டச் சொல்லல்லே. நா கஞ்சன் ஜங்காவைப் பார்க்கக் கிளம்பினதுக்கும், இதையெல்லாம் மறக்கணும் என்கிறதும் ஒரு காரணம்.”

என் பேச்சுக்குப் பதில் சொல்லத் தெரியாமல் திண்டாடுபவன்போல் நாணா மௌனமாக இருந்தான். நான் ஆயாசத்துடன் கண்களை மூடிக்கொண்டு நாற்காலியில் சாய்ந்தேன்.

“நிஜமாகவே ஒரு ரேப் கேஸ் விக்டிம் மாதிரி இருக்கு எனக்கு” என்றேன் மெல்ல. இந்தச் சரீரம் எத்தனை அவமானங்களைத் தாங்கும்? எங்க பாட்டிக்குப் பிறந்த அத்தனை குழந்தைகளும் இப்படிப்பட்ட அவமானத்தினாலே பிறந்தவை. காலம் அதிகம் மாறல்லே நாணா.”

நாணா என் கைகளை மென்மையாகப் பற்றினான்.

"நீ இப்படி வெறுத்துக்கக்கூடாது மைதிலி. உன்னுடைய நிலைமை ரொம்ப சங்கடமானதுதான். ஆனா நீ சமாளிக்கணும், ஒடிஞ்சு போகக்கூடாது." இதை இவன் ஒப்புக்குச் சொல்வதுபோல் தோன்றிற்று.

"என்னை நம்பறியா நாணா?"

இவன் நம்பினால் என்ன, நம்பாவிட்டால் எனக்கென்ன? என்று வியந்தேன். ஆனால் அவன் "நம்பறேன்" என்றது இதமாக இருந்தது.

பிறகு டில்லி போய்ச் சேரும்வரை இதைப் பற்றி நாங்கள் பேசவில்லை.

இந்தப் பயணத்தினால் என்னுடைய அந்தரங்கமான ரகசியங்கள் அவனுக்குத் தெரிந்துபோனது எனக்குச் சங்கடத்தைத் தந்தது. என் பெற்றோர்களிடம்கூட நான் சொல்ல விரும்பாத ரகசியங்கள். இவன் அவற்றை வெளியில் சொல்லக்கூடியவன் என்று நான் நினைக்கவில்லை, இருந்தும் என்னுடைய நிலை பலவீனப்பட்டுப் போனதைதான் உணர்ந்தேன் என்னை வீட்டில் விட்டுவிட்டு அவன் கிளம்பும்போது வண்டியில் ஏறுமுன் எங்கோ பார்த்தபடி தமிழில் சொன்னான்.

"நடுத் தெருவிலே இதைச் சொல்றேன்னு நினைச்சுக்காதே. உன்னைக் கல்யாணம் செய்துக்க ஆசைப்படறேன், நீ நிதானமா யோசிச்சு உன் முடிவைச் சொல்லு."

நான் ஒரு விநாடி திகைத்தேன். டாக்ஸி கிளம்பிச் சென்றதும், நான் சிக்கிக்கொள்ளும் அபத்தங்களை நினைத்துச் சிரிப்பு வந்தது.

"நிதானமா யோசி."

யோசிக்க யோசிக்க அவமான உணர்வு என்னை ஆக்ரமித்தது. என்ன நினைத்துவிட்டான் அவன் என்று ஆத்திரம் வந்தது. என்னுடைய பலவீனமான தருணத்தை உபயோகித்துக் கொள்ளப் பார்க்கிறானா? 'உன் குழந்தைக்கு நான் தகப்பனாக இருப்பேன்'

என்று இந்திய சினிமா ஹீரோக்களைப் போல என்னை ரட்சிக்க முன் வருகிறானா?

எனக்குத் தலையில் அடித்துக் கொள்ள வேண்டும்போல் இருந்தது. "உன் உதவி தேவையில்லை. என்னைக் காப்பாற்றிக்கொள்ள எனக்குத் தெரியும்" என்று கத்த வேண்டும் போலிருந்தது. அவனது வார்த்தைகள் எனக்கு ஏற்பட்ட புதிய அவமானம் என்று தோன்றிற்று.

நான் சௌக்கியமாக வீடு வந்து சேர்ந்தது அம்மாவுக்கும், அப்பாவுக்கும் பெரிய நிம்மதியென்பது வெளிப்படையாகத் தெரித்தது. நாணாவை நான் வரவழைத்துக் கொண்டது புத்திசாலித்தனம் என்று அப்பா திரும்பத் திரும்பச் சொன்னதை நான் பொருட்படுத்தாமல் இருந்தேன்.

"ரோஸ்லிண்ட் அங்கே திடும்னு செத்ததுக்கும், அயோத்தியா பிரச்சினை விபரீதமாப் போனதுக்கும், நீ தனியா என்ன செஞ்சிருக்க முடியும்?"

நாணாவிடம், எனக்கும் நன்றி சுரந்திருக்கும். கடைசியில் அவன் அப்படி ஒரு வெடிகுண்டைப் போட்டிருக்காவிட்டால்.

"உன்னை அவன் விரும்பினான் மைதிலி!"- ரோஸ்லிண்டின் வார்த்தைகள்.

நான் அதை நம்பத் தயாராயில்லை. ஆண், பெண் உறவில் பிறக்கும் சிநேகத்தைப் பற்றிய பரிசீலனையில் நான் இருப்பவள். சிநேகிதம் என்ற ஒன்றை நம்பித் தோற்றுப் போனவள். அதனாலேயே சந்தேகிப்பவள். எதிலும் ஆதாயம் காணும் சமூகம் இது என்று அனுபவத்தில் கண்டிருப்பவள்.

"அவன் நல்லவன். நல்லவர்களை நீ இனம் காணமாட்டே. பசப்பல்காரர்களைக் கண்டு மயங்குவே."

மயக்கம் தெளிந்து போச்சு, எனக்கு யாருமே வேண்டாம் நல்லவன்கூட.

'கவலைப்படாதே நான் இருக்கேன்' என்கிற நல்லதனம் எனக்கு வேண்டாம். அதுவே எனக்குச் சுமை. ஆயுசுக்கும் என்னைக் கடனாளியாக்கும்.

அப்பா சற்றுநேரம் அயோத்தி சம்பவத்தைப் பற்றி ஆதங்கத்துடன் பேசினார். "இந்த தேசத்துக்கும் விமோசனம் இல்லே" என்றார். "மசூதியை உடைச்சது ரொம்ப நல்ல காரியம். நா அன்னிக்குப் பாயசம் வெச்சேன்"ன்னாளாம் அந்த ருக்மிணி. இனிமே அவ வீட்டுக்குப் போகக் கூடாதுன்னு சொல்லிட்டேன் உங்க அம்மாவை.

"ருக்மிணி மாதிரி பேசறவா இங்கே நிறையப் பேர் இருக்கா" என்றாள் அம்மா.

"அவா சகவாசமே உனக்கு வேண்டாம்."

இந்தப் பேச்சு எனக்கு அதிர்ச்சியைத் தந்தது. இந்த அலையிலிருந்து ஒதுங்கி இருப்பது எப்படி?

"எனக்கு டயர்டாயிருக்கு. நா படுக்கப் போறேன்" என்று என் அறைக் கதவைச் சாத்திக்கொண்டு பாத்ரூமிற்குள் நுழைந்து அதுவரை அடக்கி வைத்திருந்த வாந்தியை ரகசியமாக எடுத்தேன். ஓ... கடவுளே இது வேறு ஒரு சோதனை என்று சோர்வேற்பட்டது. மித மிஞ்சிய ஆயாசத்தினால் விரைவில் தூங்கிப் போனேன், மீண்டும் மீண்டும் அதே தெருக்கள், வரிசையாக அமர்ந்திருக்கும் குழந்தைகள், பழகிவிட்ட தெருக்களில் நடப்பதுபோல நான் நடக்கிறேன். வைத்த விழி வாங்காமல் அந்தக் கண்கள் என்மேல் பதிந்திருக்கின்றன. குற்றம் சாட்டுவதுபோல ஜனிக்க வேண்டும் என்பது எங்களுக்கு விருப்பமல்ல. உன் உலகத்தைப் பார், வாழத் தகுதியான இடமாக வைத்திருக்கிறாயா? இதில் நாங்கள் வளர்ந்தால் என்ன ஆவோம்? மனசில் கசப்பும், நெஞ்சில் வெறுப்புமாய் அசுரர்களாய் மாறுவோம்! கோவிலை இடிப்போம், மசூதியைத் தகர்ப்போம், சகோதரனை வெட்டுவோம் தாயைப் பலாத்காரம் செய்வோம், வேண்டுமா அப்படிப்பட்ட குழந்தை?

குச்சிக் காலும், குச்சிக் கையுமாக ஒரு குழந்தை என் உடலைத் துவம்சம் செய்கிறது. வேண்டாம், வேண்டாம். நீ

ஜனிக்க வேண்டாம்! நான் சடாரென்று விழித்துக் கொண்டேன். டிசம்பர் மாதக் குளிரிலும் உடம்பு வியர்த்துத் தெப்பமாகப் போயிருந்தது. குச்சி குச்சியாகக் கைகளும் கால்களும் என் உடல் முழுவதும் ஊசி முனைகளாகக் குத்துவதுபோல் பிரமயேற்பட்டது. ஒரு இனம்புரியாத பீதியும் தனிமை உணர்வும் என்னை ஆட்கொண்டன. அடிவயிற்றில் இருந்த கனத்தை நினைத்துக் கலவரமேற்பட்டது. நான் அதை மெல்லத் தடவிப் பார்த்தேன். அழுகுரல் கேட்டது.

என் கண்களிலிருந்து நீர் பொலபொலவென்று வழிந்தது. அழாதே நான் கருணையுள்ளவள்.

காலையில் கண் விழித்தபோது மனசு தெளிந்திருந்தது. நான் செய்ய வேண்டியது ஒன்றுதான் என்று புரிந்தது. 'ரோஸ்லிண்டின் விஷயங்களை கவனிக்க வேண்டும். அதனால் திரும்ப நேரமாகும்' என்று சொல்லி ஆபீசுக்குக் கிளம்பினேன். அலுவலகத்தில் ஒவ்வொருவராக வந்து ரோஸலின்டின் மரணத்தைப் பற்றி விசாரிக்க வந்ததில் அதிகம் சோர்ந்து போனேன். மறுநாளைக்கு அவளுக்காக ஒரு இரங்கல் கூட்டம் போடத் தீர்மானமாயிற்று. நான் ஊரிலில்லாதபோது வந்த கடிதங்கள் மேஜைமேல் இருந்தன. மேலோட்டமாக அவற்றைப் பார்க்கையில் ஒரு அழைப்பிதழ் கொண்ட உறையின்மேல் சதீஷின் கையெழுத்துத் தெரிந்தது. ஏதேனும் விருதுக்கான அழைப்பிதழா இருக்கும் என்று எண்ணியபடி இருந்தேன். திருமண அழைப்பிதழ். அவனுக்குத் திருமணம். சுபத்ரா சாட்டர்ஜி என்ற பெண்ணுடன். அழைப்பிதழின் பின்னால் கைப்பட எழுதியிருந்தான். "என் மொழி பேசும், என் வகுப்பைச் சேர்ந்த பெண்ணைத் திருமணம் செய்துக் கொள்கிறேன். இந்தத் திருமணம் வெற்றி அடையும் என்று நினைக்கிறேன்."

எனக்குச் சிரிப்பு வந்தது. என்னுடன் அவனுடைய உறவு முறிந்ததற்கு மொழி மாநில வித்தியாசம்தான் காரணம் என்று அவன் நினைப்பதும் அவனது ஆணவத்தின் பிரதிபலிப்பு என்று தோன்றிற்று. சென்ற முறை அவன் தில்லிக்கு வந்ததன்

விளைவைப் பற்றி அவனுக்குத் தெரிந்தால் அவனுக்குக் குருரத் திருப்தி ஏற்படும். என்ன அத்தனை சுலபமாக நான் உதறிவிட முடியுமா, என்று எக்காளமிடலாம். ஆயுசுக்கும் நான் மறைமுகமா உன் காலைச் சுற்றிக் கொண்டிருப்பேன், அல்லது கழுத்தை அதன் சுமையில் நீயும் உன் வர்க்கமும் என்றென்றும் தலை நிமிர முடியாமல்.

பகபகவென்று என்னுள் ஆத்திரம் பொங்கியது பித்துப் பிடித்ததுபோல் அந்த அழைப்பிதழைச் சுக்கல் சுக்கலாகக் கிழித்தேன். சுபத்திரா சாட்டர்ஜி என்ற வார்த்தைகள் இரண்டு மூன்று துண்டுகளாகப் பறந்தன முகம் தெரியாத சுபத்திராவை நினைத்துப் பரிதாபமாக இருந்தது.

அன்று மதியம் அதுவரை நியூஸ் பேப்பர் விளம்பரங்களில் மட்டுமே பார்த்திருந்த ஒரு பிரைவேட் நர்சிங் ஹோமுக்குச் சென்றேன். பணத்தைத் தவிர வேறு எந்த கேள்வியும் கேட்காமல் அவர்கள் காரியத்தில் இறங்கியது ஆச்சரியமாக இருந்தது. எல்லாரும் ஞானிகள் என்று தோன்றிற்று. வியாசரைப்போல தீர்க்கதரிசிகள், "வேண்டாம் இனிமேல், பூமாதேவி தாங்க மாட்டாள். ஜனித்து ஒருவரை ஒருவர் அடித்துக் கொள்வதற்குப் பதில் ஜனிக்காமலேயே இருங்கள்..."

"அழாதீங்க" என்றாள் நர்ஸ். "கஷ்டமாத்தான் இருக்கும். பெண் ஜன்மத்துடைய தலைவிதி அது. அவமானமும் அதுக்குதான். துக்கமும் அதுக்குத்தான்."

இல்லை எனக்கு அவமானம் இல்லை, துக்கம் மட்டுமே இதை நீ புரிஞ்சுக்கமாட்டே.

நான் மீண்டும் கண்விழித்தபோது அடி வயிறு காலியாக இருந்தது. நிம்மதியாக இருந்தது. இப்பொழுது யாரும் வந்து ஹீரோவைப்போல் சொல்ல வேண்டியதில்லை. 'கவலைப்படாதே. நான் உன்னைக் கல்யாணம் செய்துக்கறேன், உன் மானத்தைக் காப்பாத்தறேன்.'

மானம், வெட்கம். மானம் என்பது இனிமேல் தனி மனிதனின் விஷயமில்லை என்று தோன்றிற்று. இதை நாணா புரிந்து கொள்வானா? என்று எனக்குச் சந்தேகமாக இருந்தது.

வெளியே வந்து காரில் ஏறும் சமயத்தில் முரளியும், மாகியும், பைக்கிலிருந்து இறங்கினார்கள். என்னைக் கண்டதும் சந்தோஷத்துடன் "ஹாய்... எங்கே இப்படி" என்றான் முரளி.

"ஏதோ செக்அப்புக்கு வந்தேன்" என்றேன் சுலபமாக. "நீங்க எங்கே வந்தீங்க?"

முரளி பளிச்சென்று சிரிப்போடு சொன்னான், "மாகி தாயாகப் போகிறா!"

இன்றைய மனநிலையில் எனக்கு உற்சாகமேற்படவில்லை. ஆனால் அதை மறைத்துக்கொண்டு "குட்... கங்க்ராட்ஸ்!" என்றேன்.

மாகி இன்று பதவிசாகப் புடவை கட்டி, பொட்டு வைத்திருந்தாள். முரளி ஏற்படுத்திய மாற்றம் நன்றாகத் தெரிந்தது. முகத்தில் மினுமினுப்புக் கூடியிருந்தது.

"பேரக்குழந்தை பிறந்தா உங்கம்மா மாறலாம் முரளி" என்றேன்.

"அம்மா மாறமாட்டா" என்றான் சோர்வுடன், "முரளியே மாறாதபோது அவனுடைய அம்மாவைத் தப்பு சொல்றதிலே அர்த்தமில்லே" என்றாள் மாகி சிரித்தபடி. "நல்லவேளை கர்ப்பமானேன், இல்லேன்னா மாசத்துக்கு மூணு நாள் சமையல் ரூமுக்கு வராதே, இதைத் தொடாதே அதைத் தொடாதே என்பான்."

நான் அதிர்ச்சியுடன் முரளியைப் பார்த்தேன். மாகி சிரித்தபடியே சொன்னாலும், இதனால் எத்தனை சர்ச்சை நடந்திருக்கும் என்று ஊகிக்க முடிந்தது.

முரளி கூச்சத்துடன் நெளிந்தான். "எங்க வீட்டுப் பழக்கம் அப்படி, அதெல்லாம் இவ தெரிஞ்சுக்க. வேணாமா? அதை

ஃபாலோ பண்ணதாலே இவளுக்கு என்ன குறைஞ்சுப் போச்சி? ஒவ்வொண்ணும் ஆர்க்யூ பண்றா."

மேற்கொண்டு எதுவும் பேச எனக்குச் சோர்வாக இருந்தது. "மாகி சொல்றது சரிதான் முரளி. உங்கம்மா மாறதுக்கு முந்தி நீ மாறணும்."

"நீ பின்னே வேற எப்படிப் பேசுவே?" என்று முரளி சிரித்தான். அவன் எந்த அர்த்தத்தில் அதைச் சொல்கிறான் என்று புரியவில்லை.

வீட்டுக்குத் திரும்பும்போது அனைத்து உலகத்தை நினைத்துப் பாவமாக இருந்தது. மாகி பாவம். முரளி பாவம். ருக்மிணி மாமி பாவம். "உத்திஷ்ட அர்ஜுன்னு பகவான் சொல்றார்."

காம்பவுண்டுக்குள் நுழைந்து காரை பார்க்கிங் லாட்டில் நிறுத்தி, வீட்டை நோக்கி நடக்கும்போது ருக்மிணி மாமி எதிர்ப்பட்டாள்.

"என்ன மைதிலி உடம்பு சரியில்லையா என்ன? கறுத்து இளைச்சுப் போயிட்டியே? எப்ப வந்த ஊருக்கு?" என்றாள்.

"உடம்புக்கு ஒண்ணுமில்லே" என்றேன் லேசாக. இப்பத்தான் சித்த முன்னே முரளியையும், மாகியையும் பார்த்தேன்.

"சரிதான்" என்றாள் மாமி சுரத்தில்லாமல், "பாட்டியாகப் போறேள் மாமி நீங்க!"

மாமியின் முகம் சட்டென்று இறுகிப்போய் கறுத்தது.

"ஆமாம். எல்லாம் சவரணையா நடந்திருக்கு இதுக்கு சந்தோஷப்பட்டுக்கறேன்!" என்றாள் நிஷ்டூரத்துடன். "எவளுக்கோ பிறந்தா எனக்கு என்ன ஆச்சு?"

வார்த்தையிலும் பார்வையிலும் இருந்த வெறுப்பு நெஞ்சை உலுக்கிற்று. அடிப்படை மனித நம்பிக்கைகளையெல்லாம் ஊடுருவிக் கொண்டு தகர்க்கும் பயங்கரம். இது எனது அடிவயிற்றில் ஜில்லிட்டது. சித்திப் பாட்டி எத்தனையோ கிராமத்துக் கதைகளைச் சொல்லியிருக்கிறாள். "குழந்தைங்கறது

தெய்வத்துக்குச் சமானம். பரம வைரிகளா இருப்பா. ஒரு குழந்தை பிறந்தவுடனே எல்லா துவேஷமும் போயிடும்."

அது ஏதோ புராணக்கதைபோல் இருக்கிறது. எளிமையும் மனிதநேயமும் கொண்ட சமூகத்தின் கதை. இன்று அது புராணம்.

ஃப்ளாட்டுக்குப் படியேறப் போகையில் காலணி காம்பவுண்டுக்குள் ஆங்காங்கே முடிச்சு முடிச்சாக ஆண்கள், சில பெண்கள் நின்றிருந்தார்கள். அங்கு நின்றிருந்த அப்பா என்னை நோக்கி வந்தார்.

"என்னப்பா?" என்றேன் லேசான கவலையுடன், "என்ன நடக்கிறது இங்கே?"

"இங்கே ஒண்ணுமில்லேம்மா. பம்பாயில ஏசு கலாட்டா, திடீரென்று அயோத்தியா விஷயத்தினாலே ரணகளமா இருக்காம். பம்பாய்லே பந்துக்கள் இருக்கிறவாள்ளாம் பயப்படறா. போன் பண்ணி விசாரிக்கிறா."

அப்பாவின் முகத்தில் மிதமிஞ்சிய துக்கம் தெரிந்தது. பத்துக்கள் நிலையைத் தாண்டிய கவலை அது என்னைக் கப்பென்று பிடித்துக் கொண்டது. "ஓ... மை காட்!" என்றேன் பதைப்புடன்.

"நா சொல்லல்லே, இது அயோத்தியாவோட நிக்காதுன்னு!"

அப்பாவின் குரலில் சீற்றம் தொனித்தது.

"போ, பி.பி.ஸி. நியூஸ் கேளு, அதிலேதான் விவரம் தெரியும், அம்மா கடைக்குப் போயிருக்கா."

அவர் மீண்டும் தன் சினேகிதர்களிடம் சென்றார்.

என் கால்களும் கைகளும் துவண்டு போயிருந்தன. படிகளைக் கடப்பது மலை உச்சி ஏறுவதுபோல் பிரயாசையாக இருந்தது. கண் இருட்டி எங்கே கீழே விழுந்து விடுவேனோ என்று இருந்தது. "நேரே வீட்டுக்குப் போய் ரெஸ்ட் எடுக்கணும்" என்று அந்த நர்ஸ் சொன்னது நினைவுக்கு வந்தது. வெறும்

உடல் பலவீனம் இல்லை இது. நம்பிக்கை ஊற்றுகள் எல்லாம் வற்றிவிட்ட வறட்சி இது. கடவுளே... கடவுளே... என்று புலம்ப வேண்டும்போல் இருந்தது. யாரும் இல்லாத வீட்டில் நுழையும் அனாதைபோல் என்னைத் தனிமை உணர்வு ஆட்கொண்டது.

வீட்டுச் சாவியைப் பையிலிருந்து துழாவி எடுப்பதற்குள் நான் சோர்ந்தேன். 'அம்மா' என்று பலக்கச் சொல்லி சுவரில் சாய்ந்தபோது கதவு திறந்தது.

நாணா நின்றிருந்தான். கீழே சரிய இருந்த என்னைத் தாங்கிப் பிடித்து உள்ளே அழைத்துச் சென்றான். எதிர்பாராமல் அவனைச் சந்தித்தது, திடீரென்று தெம்பும் நிம்மதியும் கிடைத்ததுபோல் என்னுள் ஒரு அதிசய உணர்வு ஏற்பட்டது.

"என்ன மைதிலி என்ன ஆச்சும்மா?"

அந்தக் குரலிலிருந்த கனிவில் நான் உருகிப் போனேன். அவன் மார்பில் முகத்தைப் புதைத்துக் கொண்டேன். கண்களில் இருந்து சரம்சரமாய் நீர் வழிந்தது. அவன் என்னை அணைத்து! முதுகைத் தட்டினான். நான் ஏதும் சொல்வதற்கு முன், "நம்பிக்கை இழக்காதே மைதிலி. மெல்ல மெல்ல நிலைமை சரியாகும்" என்றான் மென்மையாக.

"மனசு ரொம்ப அதிர்ந்து போச்சு நாணா, எனக்கு நம்பிக்கை எல்லாம் வறண்டு போச்சு!"

"எனக்கு நம்பிக்கை இருக்கு."

தீர்க்கமாகத் தெளிவாக வந்தன வார்த்தைகள்.

"எப்படி, எதை வெச்சு சொல்றே?"

அவன் மிருதுவாகத் தொடர்ந்தான். "நீயும் நானும் பதறிப் போனதே ஒரு உதாரணம்."

"நீயும் நானும் ஸைஃபர்கள் நாணா. இனிமே கும்பலுடைய ராஜ்யமா இருக்கும். நியாயம், தர்மம் எல்லாத்துக்கும் அர்த்தமே இல்லாத அசுரத்தனம்தான் மிஞ்சும். இப்படிப்பட்ட உலகத்திலே குழந்தைகளைப் பெத்துக்கிறதே பாவம்!"

அவன் என்னைச் சந்தேகத்துடன் கூர்மையாகப் பார்த்தான். நான் உணர்ச்சிவசப்பட்டுத் தொடர்ந்தேன்.

"நா என் கர்ப்பத்தைக் கலைச்சுட்டேன். என்னை நீ கல்யாணம் செய்துக்க முன்வந்ததற்கான காரணத்தை அழிச்சுட்டேன்."

அவன் திகைத்தவனாய் சற்றுநேரம் ஏதும் பேசாமல் இருந்தான். பிறகு லேசாகப் புன்னகைத்தபடி சொன்னான்,

"எந்த மனநிலையிலே நீ அப்படி செய்திருப்பேன்னு எனக்குப் புரியறது. ஆனா நீ நினைக்கிற காரணத்துக்காக நா உன்னைக் கல்யாணம் செய்துக்க முன்வரல்லே. கஞ்சன் ஐங்கா போகிறதுக்கு முந்தியே எனக்குள்ள ஏற்பட்ட ஆசை அது. உனக்கு இஷ்டமில்லேன்னா அது வேற விஷயம்."

அவன் என்னிடமிருந்து மெல்ல விலகி எழுந்தபோது திடீரென்று ஒரு தனிமை என்னைக் ஆட்கொண்டது அவன் தனக்குள் பேசிக்கொள்பவனைப் போல் மெல்லிய குரலில் சொன்னான்,

"உன்னைச் சந்திச்சதும் நீயும், நானும் ஒரேவிதமான தேடல்லே இருக்கிறது புரிஞ்சுது. மனுஷத் தன்மையைத்தான் நாம் தேடறோம். அதுதான் நம்ம வேர். வேற எதுவும் இல்லே. அது பொறி மாதிரி எங்கேயாவது இருந்தாலும் போறும் மைதிலி. சமூகத்தை அழியவிடாமப் பாதுகாக்கும். இந்த மண்ணை இத்தனை ஆயிரம் வருடங்கள் அதுதான் பாதுகாத்திருக்கு."

திடீரென்று அவன் மெல்லச் சிரித்தான்.

"நா என்னவோ லெக்சர் கொடுக்கறேன். ஆனா நீ நம்பிக்கை இழக்கக்கூடாது. அது, ரொம்ப முக்கியம். நா கிளம்பறேன் மைதிலி. நா உனக்கு நண்பன் என்கிறதை நீ மறக்காதே!"

கதவருகில் சென்றுவிட்ட அவனை நான் அழைத்தேன். "நாணா!"

அவன் திரும்பினான்.

"நாணா, என்னை விட்டுப் போகாதே" என்றேன், கெஞ்சுவதுப்போல. "ஆயுசுக்கும்."

அவன் என்னை நோக்கி வந்தான். அவனது நெற்றியில் கோபி இல்லாததை அப்பொழுதுதான் கவனித்தேன்.

— முற்றும் —